சூஃபி ஆகும் கலை

(கதைகள் வழியே சூஃபியிஸம்)

இது ஒரு

மெட்ராஸ் பேப்பர்

தயாரிப்பு

சூஃபி ஆகும் கலை
(கதைகள் வழியே சூஃபியிஸம்)

நஸீமா ரஸாக்

மெட்ராஸ் பேப்பர்

Title: Sufi Aagum Kalai
Author's Name: Naseema Razak
Copyright © Naseema Razak 2022
Published by MadrasPaper

மெட்ராஸ் பேப்பர்
MadrasPaper
(An imprint of Zero Degree Publishing)
No. 55(7), R Block, 6th Avenue,
Anna Nagar,
Chennai - 600 040

Website: www.madraspaper.com
www.zerodegreepublishing.com
E Mail id: zerodegreepublishing@gmail.com
Phone: 89250 61999

Ezutthu Prachuram First Edition: December 2022
ISBN: 978-93-95511-45-2
TITLE NO EP: 9

Cover Design & Layout: Vijayan, Creative Studio

எல்லாப் புகழும் இறைவனுக்கே!

என் மகள்கள் சாரா, ஜோயாவிற்கும், என் மாணவர்களுக்கும் கதைச் சொல்லியாக இருக்கிறேன். இந்தப் புத்தகம் மூலம் என்னை ஒரு கதைச் சொல்லியாக உங்களிடம் அழைத்து வந்த பா.ராகவன் அவர்களுக்கும், குறுகிய காலத்தில் இந்தப் புத்தகத்தை எழுதி முடிக்க உறுதுணையாய் இருந்த மகள்களுக்கும் கணவர் ரஸாக் அவர்களுக்கும் இந்த நூலை சமர்ப்பணம் செய்கிறேன்.

வழி நடத்தும் கதைகள்

சூஃபிஸம் என்பது வாழ்க்கை முறை. சூஃபித்துவத்தின் இதயம் அதன் கவிதை, இசை மற்றும் கதைகளில் உள்ளது. பல நூற்றாண்டுகளாக சூஃபிகள் தங்கள் மாணவர்களுக்கு முக்கியமான வாழ்க்கைப் பாடங்களைக் கற்பிக்க சிறிய சூஃபி கதைகளைப் பயன்படுத்தி வந்தார்கள்.

பதின்மூன்றாம் நூற்றாண்டில் வாழ்ந்த ரூமியின் கவிதைகள் நம்மில் பலருக்கு மிகவும் பரிச்சயமானவை. அவர் ஒரு சிறந்த கதைச்சொல்லி என்பதை அவர் இயற்றிய மஸ்னவி ஷரீப் என்ற நூலைப் படிக்கும்போது தெரிகிறது.

'சூஃபி ஆகும் கலை' என்ற இந்த நூலில் இடம்பெற்றிருக்கும் ஐம்பது கதைகளையும் ரூமி மற்றும் சில சூஃபிகளிடம் இருந்து உள்வாங்கி எழுதி இருக்கிறேன். கதைகள் மூலம் வாழ்க்கையின் சாராம்சத்தை ஆழமாகச் சிந்திக்க இந்தப் புத்தகம் துணை நிற்கும்..

இந்தக் கதைகளை நீங்கள் படித்து உங்கள் வீட்டுக் குழந்தைகளுக்கும் சொல்லி மகிழுங்கள். கதைகள் வழியாகச் சொல்லப்படும் எதுவும் மனதின் ஆழத்தில் சென்று தங்கிவிடும். காலம் வரும்போது, அந்தக் கதைகள் நம் குழந்தைகளைச் சரியான பாதையில் வழி நடத்தும்.

- நஸீமா ரஸாக்
tamil.nase@gmail.com

பொருளடக்கம்

1.சொர்க்கத்தின் அல்வா

ஆதாமின் மகன் யூனுஸ் ஒருநாள் வாழ்வாதாரத்தைத் தேடிப் புறப்பட்டான். அவனுக்கு யாரிடமிருந்தும் எதையும் பெற விருப்பமில்லை. பறவைகளுக்கும் விலங்குகளுக்கும் உணவளிக்கும் இறைவன் தனக்கும் உணவளிப்பான் என்ற நம்பிக்கையுடன் நதிக்கரை நோக்கி நடந்தான்.

அன்று முழுதும் ஆற்றின் கரையில் நம்பிக்கையோடு காத்திருந்தான். ஆனால், ஒன்றும் கிடைக்கவில்லை. இரண்டாம் நாளும் அவன் அங்கேயே காத்திருந்தபோது, ஒரு பொட்டலம் ஆற்று நீரில் மிதந்து வருவது தெரிந்தது. அவன் அதை எடுத்துப் பிரித்துப் பார்த்தான். உள்ளே இருந்தது பாக்தாத்தின் மிகப் பிரசித்தமான அல்வா. அது ரோஜாப்பூ, பாதாம், பன்னீர் மற்றும் தேன் ஆகியவை கொண்டு தயாரிக்கப்படுவதாகச் சொல்வார்கள். அதன் வாசனை அவனை ஆனந்தத்தில் ஆழ்த்தியது. அந்த அல்வா பல நோய்களுக்கும் தீர்வளிக்கும் என்று நம்பப்படுகிறது.

மறுநாளும் அவன் அங்கேயே காத்திருந்தான். அவன் நம்பிக்கை வீண் போகவில்லை. அடுத்த மூன்று நாட்களும் தொடர்ந்து அதே நேரத்தில் அந்த அல்வாப் பொட்டலம் ஆற்றில் மிதந்து வந்தது. அது எங்கிருந்து வருகிறது? அதைப் பற்றித் தெரிந்து கொண்டால் மட்டுமே அவனால் மற்றவர்களுக்கும் அதுபற்றிச் சொல்ல முடியும். அதுவரை அது தனக்கான அனுபவமாக மட்டுமே இருக்கட்டும் என்று அவன் எண்ணினான்.

அல்வாப் பொட்டலம் பற்றிய உண்மையைத் தெரிந்து கொள்ள வேண்டும் என்ற ஆர்வம் அவனுக்கு ஏற்பட்டது. அதைக் கண்டுபிடிக்க ஆற்றின் கரையோரம் நடக்கத் தொடங்கினான். தினமும் ஆற்றில் மிதந்துவந்த அந்த அல்வாவையே உணவாகக் கொண்டு பலநாட்கள் நடந்தவன், இறுதியாக அந்த ஆறு உற்பத்தி ஆகும் இடத்தை வந்தடைந்தான்.

ஆறு ஆரம்பமாகும் இடம் குறுகலாக இருக்கும் என்ற அவனது நினைப்பு பொய்த்தது. காரணம், அந்த இடம் அகன்று விரிந்து காணப்பட்டது. அதன் நடுவில் ஒரு கோட்டையும் அமைந்திருந்தது. அங்கு செல்ல அவன் முயன்ற போது, ஒரு தர்வேஷ் (சூஃபி ஞானி) கண்டான்.

தர்வேஷ் கண்களை மூடி மெய்மறந்து அமைதியாக இறைவனை தியானித்துக் கொண்டிருந்தார். அவர் கையில் இருக்கும் தஸ்பீஹ் மாலை (ஜெப மாலை) மட்டும் உருண்டு கொண்டிருந்தது.

சிறிதுநேரம் கழித்துக் கண்களைத் திறந்தார் தர்வேஷ். யூனுஸ் அவரிடம் அந்தக் கோட்டையைப் பற்றிக் கேட்டான். அந்தக் கோட்டை ஆபத்தானது

என்கிறார் தர்வேஷ். மந்திரவாதி ஒருவன் தன்னை மணந்துகொள்ள சம்மதிக்காத இளவரசி ஒருத்தியை அந்தக் கோட்டைக்குள் சிறைபிடித்து வைத்திருப்பதாகவும், மேலும் கண்களுக்குத் தெரியாத பல மாயாஜாலத் தடுப்புகள் கோட்டையைச் சுற்றி அமைக்கப்பட்டுள்ளன என்றும் கூறி அவனை எச்சரித்தார்.

தான் கோட்டைக்குள் செல்ல ஒரு வழி சொல்ல வேண்டும் என்று தர்வேஷிடம் வேண்டி நின்றான் யூனுஸ். அவர் ஒரு (வலீஃபா) மந்திரத்தை அவனுக்குச் சொல்லிக் கொடுத்துவிட்டு அங்கிருந்து கிளம்பினார்.

கரையிலேயே உட்கார்ந்து பலநாட்கள் அவன் தொடர்ந்து அந்த மந்திரத்தை ஜெபித்தான். அதனால், சில ஜின்கள் (பூதங்கள்) அவனுக்கு உதவிசெய்ய வருகின்றன. அதற்கு முன்னதாக அவனிடத்தில், "ஒரு மனிதனுக்கு அவன் புரிந்து கொள்ளும் தகுதிக்கும், அவனது ஆயத்த நிலைக்கும் ஏற்பவே விடை கிடைக்கும்" என்று அறிவுறுத்தின.

உண்மையைத் தெரிந்து கொள்ள வேண்டும் என்ற இலட்சியத்தை அவன் உறுதியோடு சொன்னான். இதனால் சமாதானமடைந்த ஜின்கள் பல தடுப்புகளைத் தகர்த்து, அவனை இளவரசியிடம் அழைத்துச் சென்று விட்டு மறைந்தன. யூனுஸ் இளவரசியை மாயாஜாலச் சிறையிலிருந்து விடுவித்தான்.

அதற்காக இளவரசி அவனுக்கு நன்றி சொன்னாள். "உனக்கு எது வேண்டும் என்றாலும் கேள். அரசர் கொடுப்பார்" என்றாள். தனக்கு ஓர் உண்மை மட்டும் தெரிய வேண்டும் என்று சொல்லி, அந்த அல்வாவைப் பற்றி இளவரசியிடம் கேட்டான் யூனுஸ்.

அதைக் கேட்டுச் சிரித்த இளவரசி, "அந்த அல்வா, தினமும் நான் கழுதைப் பாலில் குளிக்கும்போது, முந்தைய நாள் போட்டுக் கொண்ட அரிதாரத்தைச் சுரண்டி எடுத்து உருட்டிய உருண்டைதான்" என்றாள்.

யூனுஸ் அமைதியாக "உனக்கோ அது அன்றாடக் குளியலின் அரிதார மிச்சம். எனக்கோ, அது சொர்க்கத்தின் உணவு" என்றவாறு விடை பெறுகிறான். ஒவ்வொரு மனிதனின் புரிதலும் அவனது புரிந்துகொள்ளும் திறனுக்கு ஏற்பவே அமையும்.

உண்மை எப்பொழுதும் நம்முள் இருக்கிறது என்பதை முற்றிலும் மறந்து விடுகின்றோம். உண்மையைத் தேடிச் செல்லும் அனைவரும் தங்களின் புரிந்துகொள்ளும் திறனுக்கேற்பச் சிலவற்றைப் புரிந்து கொள்ள முயல்கிறார்கள். வெளிப்பயணமும், தேடலும் அனுபவத்தை தருமே தவிர உண்மையை அல்ல.

2.விட்டு விடுதலையாகி...

பாரசீக வணிகர் ஒருவருக்கு இந்திய நாட்டு நண்பரிடம் இருந்து கிளி ஒன்று பரிசாகக் கிடைத்தது. அந்தக் கிளி மிகவும் இனிமையாகப் பாடி அவரை சந்தோஷப்படுத்தியது. அதை அவர் தனது கடையில் வைக்க வாடிக்கையாளர்கள் கூட்டம் அதிகமானது.

ஒருநாள் அவர் இந்தியாவிற்குப் பயணம் செல்லும் முன், தனது வேலையாட்களிடம் இந்தியாவில் இருந்து என்ன வேண்டும் என்று கேட்டுக் கொண்டார். அதே கேள்வியை அவர் கிளியிடம் கேட்ட போது,

"அங்கு என் கிளிக் கூட்டத்தைப் பார்த்தால் கேளுங்கள், நான் இங்கு அடைப்பட்டுக் கிடக்க அவர்கள் மட்டும் சுதந்திரமாகப் பறந்து திரிவது சரிதானா என்று. மேலும் என் நிலை மாற நான் என்ன செய்ய வேண்டும் என்றும் அவர்களிடம் கேட்டுச் சொல்லுங்கள்" என்று கிளி சொல்லி அனுப்பியது.

வணிகர் தன் வேலைகளை முடித்துக்கொண்டு திரும்பும் வழியில் ஏராளமான கிளிகளைக் கண்டார்.

தன் கிளி கேட்கச் சொன்ன விஷயத்தை அவற்றிடம் அவர் கூற, அதைக் கேட்ட ஒரு கிளி திடீரென்று கீழே விழுந்து இறந்து போனது. அதற்காகப் பெரிதும் வருந்தினார் வணிகர்.

அவர் பாரசீகத்துக்குத் திரும்பிய பிறகு, அவரிடம் கிளி ஆவலாகக் கேட்டது. "இந்தியாவில் கிளிகளைப் பார்த்தீர்களா? நான் கேட்கச் சொன்னதைக் கேட்டீர்களா?".

வணிகரும், "ஆம். கிளிகளைச் சந்தித்தேன். நீ கேட்கச் சொன்ன கேள்வியைக் கேட்டவுடன், ஒரு கிளி கீழே விழுந்து தன் உயிரை மாய்த்துக் கொண்டது. ஒருவேளை அது உன் உறவாக இருக்குமோ என்னவோ?" என்று அவர் கூறிக் கொண்டிருக்கும் போதே, அவரது கிளியும் தடாலென்று தரையில் விழுந்து இறந்து போனது.

அதைக் கண்டு வணிகர் கலங்கினார். கிளியை அடக்கம் செய்வதற்குப் புல்வெளிக்கு எடுத்துச் சென்றார். புதைப்பதற்குக் குழி தோண்டிக் கொண்டே, "அய்யோ என் கிளி மிகவும் இனிமையாகப் பாடி என்னை சந்தோஷப்படுத்தியதே. அதன் மூலம் நிறைய வாடிக்கையாளர்கள் கிடைத்தார்களே. இனி நான் என்ன செய்வேன்?" என்று புலம்பினார்.

புல் தரையில் படுத்திருந்த அந்தக் கிளி சட்டென்று சிறகடித்துப் பறந்தது. அங்கிருந்த ஒரு மரத்தின் கிளை மேல் போய் உட்கார்ந்து கொண்டது. வணிகர் அதிர்ச்சியும் ஆச்சரியமும் கலந்து கிளியைப் பார்க்க, "வணிகனே, நீ பார்த்தது என் உறவினர்கள் இல்லை. ஆனால், என் நிலையை அறிந்த அந்தக் கிளி, நான் செய்ய வேண்டியதைச்

செய்து காட்டியது. உண்மையில் அந்தக் கிளி இறக்கவில்லை. உன்னிடம் இறந்த மாதிரி நடித்தது. அதனால்தான் நானும் இறந்தது போல உன்னிடம் நடிக்க வேண்டியதாகிவிட்டது. என் குரலின் இனிமை உன்னிடம் என்னை அடிமையாக வைத்து விட்டது. என்னை விடுவித்துக் கொள்ள நான் இறந்தது போல உன்னிடம் நடிக்க வேண்டியதாயிற்று. என்னை மன்னித்துவிடு'' என்று சொல்லிப் பறந்து போனது.

வாழ்க்கையில் பொக்கிஷம், திறமை, காசு, புகழ் இவை அனைத்தும் முக்கியம் என்று நினைக்கின்றோம். ஆனால், உண்மையில் இவை அனைத்தும் நம்மை சிறைப்படுத்தியே வைத்திருக்கின்றன.

வாழ்க்கையின் எதிர்ப்பார்ப்புகளிடம் இருந்து விடுதலை பெற்று வாழ்பவர்கள் சூஃபிகள். அவர்கள் மனம் எப்பொழுதும் கூட்டில் இருந்து விடுதலையாகிப் பறக்கும் கிளி போல் சுதந்திரமாக இருக்கும்.

3. மரணத்தின் தேவதை

இஸ்ரேல் நாட்டின் அரசர் சாலமன். அவர் தீவிரமான இறைநேசர். அவருக்கு விலங்குகள், பறவைகளின் பாஷை தெரியும். அது தவிர, ஜின்(பூதங்கள்) களுக்குக் கட்டளையிடும் அதிகாரமும், காற்றைக் கட்டுப்படுத்தும் சக்தியும் அவருக்கு இருந்தது.

ஒருநாள் சாலமன் தர்பாரில், பலர் தங்கள் குறைகளைச் சொல்லி, அதற்கான தீர்வுகளைக் கேட்டுக் கொண்டிருந்தார்கள். அப்பொழுது ஒருவன் பதற்றமாக ஓடி வந்தான். "ஏன் பதற்றமாக இருக்கிறாய்? உனக்கு என்ன உதவி தேவை?" என்று சாலமன் அவனிடம் பரிவுடன் கேட்டார். அவன் அச்சம் நிறைந்த கண்களுடன், மரணத்தின் தேவதை தன்னைத் தெருவில் பார்த்ததாகக் கூறினான். அதன் பார்வை கொடூரமாக இருந்ததாகவும் அது கண்டிப்பாகத் தன் உயிரை எடுப்பதற்காகத்தான் வந்திருக்க வேண்டும் என்று கூறிக் கதறினான்.

அதற்கு சாலமன், "இறைவனிடம் இருந்து வரும் கட்டளைக்கு மட்டுமே மரணத்தின் தேவதை செவி

கொடுக்கும். எனவே இந்த விஷயத்தில் என்னால் எதுவும் செய்ய இயலாது" என்றார் வருத்தத்துடன்.

உடனே அவன், "அப்படியென்றால் உங்கள் சக்தியின் மூலம் காற்றின் வழியே என்னை இந்தியாவிற்கு அனுப்பிவிடுங்கள். நான் அங்கு சென்று எப்படியாவது தப்பித்துக் கொள்கிறேன்..." என்றான். அவன் கேட்டுக் கொண்டபடியே தன் மந்திரச் சக்தியால் சாலமன் அவனை இந்தியாவிற்கு அனுப்பி வைத்தார்.

மறுநாள் தர்பாரில், மக்கள் கூட்டத்திற்கு நடுவே மரணத்தின் தேவதையும் நின்று கொண்டிருந்தது. அதைப் பார்த்து ஆச்சரியப்பட்ட சாலமன், "நேற்று ஏன் அந்த மனிதனை நீ அப்படிப் பயமுறுத்தினாய்? அவன் செய்த தவறென்ன?" என்று கேட்டார்.

"அவன் உயிரை இந்தியாவில் எடுக்கும்படி இறைவன் எனக்கு ஆணையிட்டிருந்தார். ஆனால், நேற்று அவனை எதிர்பாராமல் இங்கு பார்த்ததால் ஆச்சரியமானேன். அதனால்தான் அவனை வியந்து பார்த்தேன்..." என்று கூறியது.

அறியாமை நம்மை இப்படித்தான் ஆண்டு கொண்டிருக்கிறது. ஞானத்தின் அனைத்துச் சுரங்க வாயில்களும் நமக்காகத் திறந்து கிடக்கும்போது, வானத்தில் இருந்து யாராவது தேவதூதன் நம்மைத் தூக்கிச் சென்று ரட்சிக்க வரமாட்டானா என்று ஏங்குகிறோம். இதுகூடப் பரவாயில்லை. சொர்க்கத்தின் முற்றத்தில் கடவுள் நம்மைக் கொண்டு சேர்க்க மும்முரமாக இருப்பது தெரியாமலேயே நாம் நரகத்துக்குக் குடிபெயரத் தீவிரம் காட்டுகின்றோம்.

சூஃபித்துவம் என்பது உலகத்தை உள்ளங்கையில் வைத்துக் காண்பிப்பதல்ல. உலகத்தை உருட்டி எடுத்து உள்ளத்தின் உள்ளேயே வைத்துவிடுவது.

4. பழக்கத்தின் அடிமை

அடர்ந்த காட்டில் தன்னந்தனியாக வந்து கொண்டிருந்த சூஃபி ஞானியின் முன் பெரிய பிசாசு ஒன்று வந்து நின்றது. "நான் உன்னை தின்னப் போகிறேன்" என்று பெருங்குரலில் கூச்சலிட்டது.

அமைதியாக நின்ற அவர் பிசாசைப் பார்த்து, "அது உன்னால் முடியாது, தள்ளிச் செல்" என்றார் அலட்சியமாக.

அதனால் கோபமான பிசாசு, "உன்னை விடப் பல மடங்கு உருவத்தில் நான் பெரிதாக உள்ளேன். நீ வெறும் சூஃபி தான். அதை மறந்து விட்டுப் பேசாதே..." என்று கத்தியது. அந்தப் பலத்த சத்தத்தில் அங்கிருந்த மரங்கள் எல்லாம் சலசலத்தன.

மெல்லிய புன்னகையோடு ஒரு கல்லைக் காட்டி சூஃபி சொன்னார், "எங்கே இந்தக் கல்லில் இருந்து தண்ணீரை வர வை". பிசாசு கையில் வாங்கிப் பிடித்தவுடன் அந்தக் கல் துகள்களாக உடைந்து நொறுங்கியது.

"எங்கே நீ செய்" என்று சூம்பியிடம் பிசாசு சொன்னது. அவர் அமைதியாக இன்னொரு கல்லை எடுத்து, தன் கைப்பையில் இருந்த முட்டையையும் அந்தக் கல்லோடு சேர்த்து வைத்துப் பிழிய, முட்டை உடைந்து கல்லில் இருந்து தண்ணீரைப் போல் கசிந்தது. ஆச்சரியமான பிசாசு சூம்பியை தனது வீட்டிற்கு அழைத்துச் சென்றது.

நடுஇரவில் சூம்பிக்கு விழிப்பு வந்தது. தன் படுக்கையில் அவர் தூங்குவது போல் தோற்றம் தரும்படி சில கற்களை வைத்துப் போர்த்திவிட்டு, துணின் ஓரமாக மறைந்து நின்று கொண்டார். சிறிதுநேரத்தில் பிசாசு தூக்கத்திலிருந்து எழுந்துகொண்டது. ஒரு பெரிய மரக்கட்டையை எடுத்து வந்தது. அவர் என்று நினைத்து, அந்தக் கற்களின்மேல் ஏழு முறை ஓங்கி அடித்து விட்டு, மீண்டும் தூங்கச் சென்றுவிட்டது.

மறுநாள் அது எழுவதற்குள் சூம்பி எழுந்து தியானத்தில் அமர்ந்து இருந்தார். அதைப் பார்த்தப் பிசாசுக்கு ஆச்சரியம் தாங்கவில்லை. தியானத்திலிருந்து கண் திறந்த அவரைப் பார்த்து, "நல்லா தூங்கினீங்களா?" என்று கேட்டது.

"நல்ல தூக்கம். ஆனால், ஏழுமுறை ஒரு கொசு என்னை கடித்துவிட்டுச் சென்றது" என்றார்.

குழம்பிப் போன பிசாசு எரிச்சலாக, "சரி. எனக்கு ஆற்றில் இருந்து தண்ணீர் மொண்டு வாங்க. டீ குடிக்கலாம்" என்றது. சூம்பி அதே அமைதியுடன் ஆற்றுக்குச் சென்று குகை வாயிலை நோக்கி ஒரு வாய்க்காலைத் தோண்ட ஆரம்பித்தார்.

நேரம் ஓடியது. "சிக்கிரம், எனக்கு இப்பொழுதே தண்ணீர் வேண்டும்" என்று பிசாசு கத்த ஆரம்பித்தது.

இப்பொழுதும் சூஃபி அமைதியாகத் தன் வேலையைத் தொடர்ந்து செய்து கொண்டிருந்தார். பொறுமை இழந்த பிசாசு தோல் பையை எடுத்துவந்து ஆற்றிலிருந்து தண்ணீர் எடுத்துச் சென்றது.

சூஃபியைப் பார்த்து, "நீ தான் மிகவும் பலம் கொண்டவன் ஆயிற்றே. எதற்காக அங்குலம் அங்குலமாக வாய்க்காலைத் தோண்டிக் கொண்டிருக்கிறாய்?" என்று கேட்டது.

"செய்ய வேண்டிய காரியம் எதுவானாலும் கொஞ்சமாவது உழைப்பும், முயற்சியும் இருக்க வேண்டும். அப்பொழுதுதான் அதற்கான மதிப்பு கிடைக்கும்.

நான் என்னதான் முயற்சி செய்து, உன் குகை வாயிலில் தண்ணீர் வர வைத்தாலும் நீ தோல் பையை எடுத்துக்கொண்டு தான் ஓடுவாய். ஏன் என்றால் நீ பழக்கத்தின் அடிமை..." என்று சொல்லி மறைந்து விடுகிறார்.

மனிதன் பழக்கத்திற்கும், அகம்பாவத்திற்கும் அடிமையாகிவிட்டான். அதில் இருந்து விடுபடும் வரை சொர்க்கத்தின் தேவாமிர்தமே அவன் வீட்டு குழாயில் வந்தாலும் அவன் அதைவிடுத்து உடலுக்குக் கெடுதியான பன்னாட்டுக் குளிர்பானங்களையே தேடிச் செல்வான்.

5. சீனக் கலைஞரும் கிரேக்கக் கலைஞரும்

பாலைவனங்களுக்கு அப்பால் இருந்த சிறிய நிலப்பகுதியை அரசாண்ட மன்னன் ஒருவன், பல தேசக் கலைஞர்களுக்கும் ஒரு போட்டி வைத்தான். அதில் கலந்து கொண்ட பலர் தோல்வியடைந்தனர். இறுதியில் சீனக் கலைஞனும், கிரேக்கக் கலைஞனும் வென்றார்கள்.

சீனக் கலைஞன் தானே சிறந்தவன் என்றான். கிரேக்கக் கலைஞனும் அப்படியே சொன்னான். யார் சிறந்த கலைஞன் என்று கண்டறிய அரசன் அவர்கள் இருவரையும் ஓர் அறைக்குள் விடுகிறான். அறைக்கு நடுவில் ஒரு திரை மட்டும் போடப்படுகிறது. திரைக்கு ஒருபுறத்தில் சீனக் கலைஞனும் மறுபுறத்தில் கிரேக்கக் கலைஞனும் இருந்துகொண்டார்கள்.

சீனக் கலைஞன் ஏராளமான வண்ணங்களைக் கேட்டான். அவன் கேட்ட எழு நூறு வண்ணங்கள் கொண்ட பெட்டி அவன் முன் கொண்டுவந்து வைக்கப்பட்டது.

ஆனால், கிரேக்கக் கலைஞன் எந்த வண்ணங்களையும் கேட்கவில்லை. அவன் அங்கிருந்த சுவரைச் சுத்தம் செய்யும் வேலையில் ஈடுபட்டான்.

சில மணி நேரங்கள் கடந்தது. அரசன் அறைக்குள் நுழைந்து முதலில் சீனக் கலைஞன் வரைந்த ஓவியத்தைப் பார்த்தான். அத்தனை வண்ணங்களும் சரியான விகிதத்தில் பயன்படுத்தப்பட்டு அந்த ஓவியம் மனதைக் கொள்ளையடிப்பதாக இருந்தது. அரசன் மிகவும் சந்தோஷப்பட்டுப் பாராட்டினான்.

மறுபக்கம் கிரேக்கக் கலைஞனின் சுவரைப் பார்த்தான். மிகவும் சுத்தமாக இருந்தது. பட்டைத் தீட்டிய கண்ணாடி போல் ஜொலித்தது. இப்போது நடுவில் இருந்த திரை விலக்கப்பட்டது.

சீனக் கலைஞன் வரைந்த ஓவியத்தின் பிம்பம், கிரேக்கக் கலைஞனின் சுவரில் பிரதிபலித்து சுவர் மேலும் மின்னியது. ஓவியத்தோடு அந்தச் சுவரின் ஒளியும் சேர்ந்து ஓவியத்துக்கு மேலும் அழகு சேர்த்தது..

உண்மையான சூஃபிகளும் கிரேக்கக் கலைஞன் போல் தான். அவர்கள் தங்கள் உள்ளத்தைச் சுத்தப்படுத்துவதில் கவனம் செலுத்துகிறார்கள். அவர்கள் அன்பு மேலும் மேலும் பிரகாசமாகிறது. அவர்கள் புகழ், பணம், ஆடம்பரம் அனைத்துக்கும் அப்பாற்பட்டவர்களாக விளங்குகிறார்கள்.

சாதாரண மனிதன் தன் உள்ளதைச் சுத்தமாக வைத்துக்கொள்ளாமல், மற்றவர்களிடத்தில் குற்றம் கண்டுபிடிக்கிறான். அதில் மகிழ்ச்சி அடைவதாக நினைத்துத் தன்னையே ஏமாற்றிக் கொள்கிறான்.

6. வாழ்க்கையை வீணடிப்பவர்கள்

நாள்தோறும் ஆற்றில் படகு வலித்து, அதன்மூலம் கிடைக்கும் வருமானத்தில் அந்தப் படகோட்டி தன் குடும்பத்தை நடத்தி வந்தார். அது வெயில் காலம். அன்று யாரும் சவாரிக்கு வரவில்லை. இதனால் அவர் கவலையில் இருந்தார்.

அப்போது, நன்கு படித்த அறிஞர் ஒருவர் வந்து படகில் ஏறினார். அதனால் படகோட்டி நிம்மதி அடைந்து, மகிழ்ச்சியுடன் படகை இயக்கத் தொடங்கினார். அறிஞர் தனக்குத் தெரிந்த விஷயங்கள் பற்றிப் படகோட்டியிடம் பேசிக் கொண்டே இருந்தார்.

திடீரென்று அறிஞர் படகோட்டியைப் பார்த்து, "நீ இந்தப் புத்தகத்தைப் படித்து இருக்கிறாயா?" என்று கையில் இருந்த ஒரு புத்தகத்தைக் காட்டிக் கேட்டார்.

படகோட்டி படித்தது இல்லை என்பதற்கு அடையாளமாகத் தலையை அசைத்தார்.

"உன் வாழ்க்கையில் பாதியை வீண் அடித்து விட்டாய்" என்று அறிஞர் சலித்துக் கொண்டார்.

அவர் கூறியதைக் கேட்ட படகோட்டியின் மனம் வாடியது. இருந்தாலும் அதை வெளியில் காட்டிக் கொள்ளாமல் அமைதியாகப் படகைச் செலுத்தினார். கொஞ்ச தூரம் பயணித்த பின், ஆற்றில் தண்ணீரின் வேகம் அதிகரித்தது. படகு தத்தளித்தது. படகோட்டி மிகுந்த சிரமத்துக்கிடையே படகைச் செலுத்தினாலும் கூட அது ஒரு சுழலில் மாட்டிக் கொண்டது.

இப்பொழுது படகோட்டி அறிஞரைப் பார்த்து, "அய்யா, உங்களுக்கு நீச்சல் தெரியுமா?" என்று கேட்டார்.

"எனக்கு தெரியாதே" என்றார் அறிஞர்.

"அச்சோ, உங்க முழு வாழ்க்கையையே வீண் அடித்து விட்டீர்களே" என்று வருத்தத்துடன் கூறிய படகோட்டி, தண்ணீரில் குதித்து நீந்தத் தொடங்கினார். படகு மூழ்கத் தொடங்கியது.

படித்துவிட்டோம், பட்டங்கள் வாங்கி விட்டோம் என்று தன்னைப் பற்றிப் பெருமிதமாக நினைத்துக்கொள்ளும் மனிதன் பல சமயங்களில் வாழ்க்கையில் சந்திக்கும் பிரச்சனைகளில் இருந்து தப்பிக்க முடியாமல் தவிக்கிறான்.

சிலசமயங்களில் பிரச்சனைகள் காரணமாக அவன் தன் உயிரைக் கூட மாய்த்துக் கொள்ளத் தயங்குவதில்லை. அப்பொழுது அவன் படித்த காகிதங்கள் வெறும் எழுத்துக்களாகவே உறைந்துபோகின்றன.

7. சிங்கத்தை வென்ற குட்டி முயல்

காட்டு விலங்குகள் எல்லாம் சிங்கத்தை நினைத்துப் பயந்து வாழ்ந்து கொண்டிருந்தன. காரணம், தினந்தோறும் சிங்கம் கணக்கு வழக்கில்லாமல் கண்ணில் பட்ட விலங்குகளையெல்லாம் வேட்டையாடித் தின்று கொண்டிருந்தது. இப்படியே போனால் இன்னும் கொஞ்ச நாளில் காட்டில் விலங்குகளே இல்லாமல் போய்விடுமோ என்று வயதில் மூத்த விலங்குகள் கவலை அடைந்தன. அதற்கு ஒரு முடிவு கட்ட வேண்டும் என்று அவை ஆலோசித்தன. ஒன்றுகூடி ஒரு திட்டத்தை வடிவமைத்தன.

ஓர் அட்டவணை தயாரிக்கப்பட்டது. அதன்படி ஒவ்வொரு நாளும், ஒரு மிருகம் சிங்கத்துக்குத் தாமே உணவாகச் சென்றுவிட வேண்டும். சிங்கம் இனி காட்டில் வேட்டைக்குச் செல்ல கூடாது. எந்த விலங்கையும் அதன் இஷ்டத்துக்குக் கொல்லக் கூடாது. இந்தத் திட்டத்துக்கு எல்லா விலங்குகளும் ஒப்புக் கொண்டன. சிங்கத்துக்கும் அந்தத் திட்டம்

பிடித்திருந்தது. காரணம், இனி கஷ்டப்பட்டு ஆடி, ஓடி வேட்டையாட வேண்டாம். இனி உட்கார்ந்த இடத்திலேயே உணவு.

ஒப்பந்தத்தின்படி தினமும் ஒவ்வொரு விலங்கு சிங்கத்தின் குகைக்குச் சென்று அதற்கு இரையானது. சிங்கமும் சந்தோஷமாக தன்னிடம் வரும் மிருகங்களை புசித்து பரவசம் அடைந்தது. நாட்கள் ஓடின. அன்று அட்டவணைப்படி குட்டி முயல் ஒன்று சிங்கத்துக்கு இரையாக வேண்டும். அந்தக் குட்டி முயல் மற்ற மிருகங்களிடம், கெஞ்சி கூத்தாடியது.

"நான் வாழ வேண்டியவன். இன்னும் வாழ்க்கையின் சந்தோஷங்கள் எதையும் அனுபவிக்கலே. என்னை விட்டுடுங்க..." முயல் குட்டியின் கெஞ்சலை யாரும் கண்டுகொள்ளவே இல்லை.

"நீ போக மறுத்து அடம்பிடித்தால், சிங்கத்துக்குக் கோபம் வரும். அப்புறம் பழைய மாதிரியே தன் வேட்டையை ஆரம்பித்துவிடும். நம் யாரையும் விட்டு வைக்காது. உனக்கு முன்னாலும் பல மிருகங்கள் சிங்கத்துக்கு இரையாகி உள்ளன. உன்னால் நாங்களும் கஷ்டப்பட வேண்டுமா? சீக்கிரமாக சிங்கத்திடம் செல்." என்று மிருகங்கள் எச்சரித்தன.

இதைக் கேட்ட முயல் சொன்னது, "என்னிடம் ஒரு தந்திரம் உள்ளது. அதன்படி செய்தால், நாம் எல்லோரும் தப்பித்துக் கொள்ள முடியும்."

"உனக்குப் பைத்தியம் பிடித்துவிட்டது. பெரிய பெரிய மிருகங்களுக்குத் தோன்றாத தந்திரம் குட்டி முயலான உனக்குத் தோன்றி விடுமா என்ன?" என்று மிருகங்கள் முயலை கேலி செய்தன.

மீண்டும், முயல் கூறியது. "பெரிய மிருகம், குட்டி மிருகம் என்றெல்லாம் வேறுபாடு இல்லை. மிகச்சிறிய தேனீ தன் தேன் கூட்டில் தேனை சேகரிக்கிறது. உருவத்தில் பெரிய யானை இல்லை. எனவே உருவத் தோற்றம் பெரிதல்ல. நாம் அனைவரும் தனித்துவமானவர்கள். ஒருவரைப் போல் மற்றவர்கள் இல்லை."

முயல் கூறியதைக் கேட்ட மிருகங்கள் ஆர்வமாயின. ஆவலோடு அதன் தந்திரம் பற்றிக் கேட்டன. ஆனால், முயல் அமைதி காத்தது. தன் தந்திரத்தை தற்போது யாரிடமும் கூறக் கூடாது என்று முடிவெடுத்துக் கொண்டது. பின்னர்,

சிங்கத்தின் குகையை நோக்கி முயல் செல்லத் தொடங்கியது.

முயல் வழியில் ஒரு மரத்தடியில் வேண்டுமென்றே ஓய்வெடுத்துக் கொண்டு நேரத்தைக் கடத்தியது. தனது குகையில் அன்றைய இரைக்காகச் சிங்கம் பசியோடு காத்திருந்தது. நேரம் ஆக ஆக அதற்கு கோபமும் எரிச்சலும் அதிகமானது. ஒரு மணிநேரத்துக்கு மேல் தாமதமானதால், குகைக்குள்ளே கர்ஜித்துக்கொண்டே குறுக்கும் நெடுக்குமாகச் சிங்கநடை போடத் தொடங்கியது.

அப்போது, முயல் பயந்ததுபோல் நடித்துக்கொண்டே குகைக்குள் நுழைந்தது. முயலைப் பார்த்தவுடன் சிங்கம் கோபத்தில் கர்ஜித்தது. "என்ன திமிர் இருந்தால், பொடியனான நீ என்னை காக்க வைத்திருப்பாய்? உன்னைவிட பெரிய மிருகங்கள் எல்லாம் எனக்கு அடி பணிந்து இரையாகி இருக்கின்றன"

அதைக்கேட்டு நடுங்குவதுபோல் நடித்த முயல், மிகப் பய்யமாக பதில் சொன்னது. "மன்னிக்க வேண்டும் மகாராஜா. உங்களிடம் நானும் என் நண்பன் முயலும் வந்து கொண்டிருந்தோம். அப்பொழுது, எங்கள் வழியை மறித்த ஒரு சிங்கம், என் கொழுத்த நண்பனைப் பிடித்து வைத்துக்கொண்டது. என்னை உங்களிடம் அனுப்பி, இனி உங்களுக்கு இரை கிடைக்காது. இந்தக் காட்டில் தான் வைத்ததே இனி சட்டம் என்று சொல்லச் சொன்னது..."

முயல் சொன்னதை நம்பிய சிங்கம் ஆத்திரமானது. அந்தச் சிங்கத்தைக் கொன்று பழி தீர்க்க வேண்டும் என்று உடனே முடிவு செய்தது. முயலை அழைத்துக் கொண்டு கிளம்பியது. ஓர் இருட்டான இடத்தில் அமைந்திருந்த கிணற்றின் அருகில் சிங்கத்தை அழைத்துச் சென்றது முயல்.

சிங்கம் கிணற்றுக்குள் எட்டிப் பார்த்தது. அதன் பக்கவாட்டில் இருந்து முயலும் கிணற்றுக்குள் எட்டிப் பார்த்தது. கிணற்றுக்குள் சிங்கம், முயல் இருவரின் பிம்பங்களும் தெரிந்தன. முயல் சிங்கத்தின் காதில் சொன்னது. "அதோ கிணற்றுக்குள் தெரிவதுதான் நான் சொன்ன சிங்கம். பக்கத்தில் இருப்பது தான் என்னுடன் வந்த நண்பன்."

உடனே கோபமான சிங்கம் குபீரென்று கிணற்றுக்குள் பாய்ந்தது. தண்ணீரில் விழுந்த பிறகு, அங்கு சிங்கமோ முயலோ இல்லாதது கண்டு திகைத்தது. நீச்சல் தெரியாத சிங்கம் தண்ணீருக்குள் சிறிது சிறிதாக மூழ்கத் தொடங்கியது. அப்போதுதான் அது முயல் செய்த தந்திரம் என்பது அதற்குப் புரியத் தொடங்கியது.

அங்கிருந்து உற்சாகமாகத் தாவி ஓடிய முயல், மற்ற மிருகங்களிடம் சென்று, நடந்தவற்றைச் சொன்னது. எல்லோரும் ஆட்டம் பாட்டத்துடன் அந்தச் சந்தோஷத்தைக் கொண்டாடினார்கள்.

உண்மையைப் போல பேசி சிங்கத்தை முயல் ஏமாற்றிவிட்டது. தித்திப்பான பண்டங்களைக் கண்டு மயங்கிவிடக் கூடாது. அது விஷமாகவும் இருக்கலாம். தித்திப்பான வார்த்தைகளைக் கேட்டு ஏமாந்து விடக்கூடாது. காரணம் அது தந்திரமாகவும் இருக்கலாம். குறிப்பாக நம்மிடம் பகை பாராட்டுபவர்கள் பேசும் அன்பான வார்த்தைகளை ஒரு போதும் நம்பக்கூடாது.

8. என் சிங்கத்துக்கு வால் வேண்டாம்

பச்சை குத்திக் கொள்ள வேண்டும் என்று ஒருவனுக்கு ஆசை வந்தது. அதுவும் கர்ஜிக்கும் சிங்கத்தைப் போன்ற படத்தைப் பச்சை குத்திக் கொள்ள விரும்பினான். அப்படிச் செய்தால் சிங்கத்தைப் போலவே கம்பீரமாகவும், பலசாலியாகவும் இருக்க முடியும் என்று அவன் நம்பினான்.

பச்சை குத்துபவரும் சரி என்றார்.

பச்சை குத்தும் ஊசியை வைத்து அவன் தோளில், அவர் சிங்கத்தை வரைய ஆரம்பித்தார். அந்த வலியைத் தாங்கிக் கொள்ள முடியாமல், அவன் கேட்டான், "சிங்கத்தின் எந்தப் பாகத்தை வரைந்து கொண்டு இருக்கிறீர்?"

"சிங்கத்தின் வால்" என்று பச்சை குத்துபவர் சொன்னார்.

அவன் உடனே. "என் சிங்கத்திற்கு வால் வேண்டாம்". என்றான்.

பச்சை குத்துபவரும் சரி என்று ஒப்புக்கொண்டு, மற்றொரு பாகத்தை வரைய ஆரம்பித்தார்.

மீண்டும் வலியால் அவன் கத்தினான், "இப்பொழுது எந்தப் பாகத்தை வரைந்து கொண்டு இருக்கிறீர்?"

"சிங்கத்தின் காது... "

"அதற்கு அவசியம் இல்லை, என் சிங்கத்திற்கு காது வேண்டாம்" என்றான்.

பச்சை குத்துபவரும் சரி என்று வேறு பாகத்தை வரைய ஆரம்பித்தார்.

"இப்பொழுது எந்தப் பாகம்?"

"அதன் வயிற்றுப் பகுதி."

"வேண்டாம், என் சிங்கத்திற்கு வயிறும் வேண்டாம்."

பச்சை குத்துபவர், கோபத்தில் ஊசியைக் கீழே எறிந்து விட்டுக் கேட்டார், "எந்த சிங்கத்திற்கு, வயிறு, காது, வால் இல்லை? அப்படி ஒரு சிங்கத்தை இறைவன் படைக்கவே இல்லை."

வலியைத் தாங்கினால் மட்டுமே நம்முள் இருக்கும் பொக்கிஷம் வெளியே வரும்.

9. கற்றதை மட்டுமே கையாளுக

கடலில் மீன் பிடிக்கச் சென்ற ஒருவனின் தூண்டிலில் பித்தளைப் புட்டி ஒன்று அகப்பட்டது. மீன் ஒன்றும் கிடைக்காத நாளில், அது கிடைத்தது மனதுக்குக் கொஞ்சம் ஆறுதலாக இருந்தது.

ஜொலித்துக் கொண்டிருந்த அந்தப் பித்தளைப் புட்டியை வியந்து பார்த்தான். உள்ளே வைரம் இருக்குமோ? விலை உயர்ந்த பொருள் ஏதேனும் இருக்குமோ என்றெல்லாம் கற்பனை செய்து கொண்டான். அப்படி எதுவும் இல்லை என்றாலும் கூட பரவாயில்லை. புட்டியை விற்றுவிடலாம். அதில் கிடைக்கும் பணம் வீட்டில் அடுப்பு எரிய உதவும் என்று சந்தோஷப்பட்டான்.

ஆனால், அவனுக்குத் தெரியாது அந்தப் புட்டிக்குள் இருந்தது ஒரு ஜின் (பூதம்) என்பது. சுலைமான் என்னும் அரசன், இந்த ஜின்னை சிறைபிடித்து, புட்டியில் அடைத்துக் கடலில் வீசியிருந்தான்.

'கற்றதை மட்டுமே கையாளுக' என்ற அனுபவ மொழியை அவன் மறந்தான். அந்தப் புட்டியின்

மூடியை மிகவும் கஷ்டப்பட்டுத் திறந்தான். அதைத் தலைகீழாகக் கவிழ்த்து வைத்தான். உள்ளே வைரமோ, வைடூரியமோ இல்லை என்று புரிந்தது.

கொஞ்ச நேரத்தில் அந்தப் புட்டியில் இருந்து மெல்லிய புகை கிளம்பியது. அதைத் தொடர்ந்து பெரிய ஜின் ஒன்று வெளியே வந்தது. அது விடுவிக்கப்பட்ட சந்தோஷத்தில், "நான் ஜின்களின் தலைவன். மனிதர்களுக்குக் கேடு விளைவிப்பவன். சுலைமான் அரசன் என்னைப் பல நூறு ஆண்டுகளுக்கு முன் இதில் சிறைப்படுத்தினார்" என்று கூச்சலிட்டது.

ஒன்றும் புரியாமல் மீனவன் பயத்தில் நடுங்கினான். "உன்னை விடுதலை செய்த என்னை விட்டுவிடு" என்று தரையில் புரண்டு கெஞ்சினான். பூதம் அவன் கெஞ்சுவதைக் காதில் வாங்கிக் கொள்ளவில்லை. மீனவனைக் கொல்ல வேண்டும் என்று முடிவு செய்தது.

அப்போது மீனவனுக்கு ஒரு யோசனை வந்தது. "உன்னை எப்படி நான் நம்ப முடியும்? நீ நிஜமாகவே பூதங்களின் தலைவன் என்றால், மீண்டும் அந்தப் புட்டிக்குள் நுழைந்து காட்டு" என்றான்.

தான் பூதங்களின் தலைவன்தான் என்பதை நிரூபித்துக் காட்ட பூதம் மீண்டும் புட்டிக்குள்ளே சென்றது. மீனவன் மின்னல் வேகத்தில் மூடியை எடுத்துப் புட்டியை மூடினான். அதைக் கடலுக்கு நடுவில் எடுத்துச் சென்று வீசினான்.

காலம் விரைந்து ஓடியது. இப்போது மீனவனின் பேரன் வளர்ந்து வாலிபனாகி விட்டான். அவனும் மீன் பிடிக்கக் கடலுக்குச் சென்றான். இந்தமுறை பேரன் வீசிய வலையில் அந்தப் புட்டி கிடைத்தது.

பலத்த யோசனையில் இருந்த மீனவனின் பேரன் அதை என்ன செய்வது என யோசித்தான்.

அப்போது அவனது அப்பா, தாத்தா வழி வழியாகச் சொல்லி வந்தது அவனது ஞாபகத்துக்கு வந்தது. அதாவது, 'கற்றதை மட்டுமே கையாளுக.'

புட்டிக்குள் இருந்த பூதம், "என்னை விடுதலை செய். நீ எது கேட்டாலும் கொடுக்கிறேன்" என்று ஆசை வார்த்தைகள் கூறியது.

பேரன் அந்தப் புட்டியை ஒரு குகைக்குள் சென்று வைத்துவிட்டு, மலையின் மேல் தங்கியிருந்த சூஃபியைக் காண சென்றான். அவரைச் சந்தித்து நடந்த அனைத்தையும் அவரிடன் விவரித்தான்.

"நீ என்ன செய்ய வேண்டும் என்று நினைக்கிறாய்?" என்று சூஃபி கேட்டார்.

பூதத்தை விடுதலை செய்துவிட நினைப்பதாக அவன் கூறினான். விடுதலை செய்தால் அந்தப் பூதம் தனக்கு விலை மதிப்பற்ற பொருட்களைக் கொடுக்கும் என்றும், தங்கக் கட்டி, மரகத மாலை போன்றவற்றை அதனிடம் கேட்டுப் பெற்றுக் கொள்ளப் போவதாகவும் சூஃபியிடம் அவன் சொன்னான்.

"சொன்னபடி அது தரவில்லை என்றால்? அல்லது கொடுப்பதுபோல் கொடுத்து ஏமாற்றிவிட்டால் என்ன செய்வாய்? பொருட்களைக் கேட்பதை விட, அறிவு சார்ந்த விஷயத்தைக் கேள். அறிவில்லாத பொக்கிஷம் ஒன்றுக்கும் உதவாது" என்று மீனவனுக்கு ஆலோசனை சொன்னார் சூஃபி.

சிந்தனை தெளிந்த மீனவனின் பேரன், புட்டி வைக்கப்பட்டிருந்த குகைக்குத் திரும்பினான்.

புட்டிக்கு அருகில் சென்று, உள்ளே அடைபட்டிருந்த பூதத்திடம் "சரி, நீ தான் பூதங்களின் தலைவன் என்று நான் எப்படி நம்புவது?" என்று கேட்டான். பின்னர் புட்டிக்குள் இருந்து கொண்டே, ஏதேனும் சிறிய அதிசயத்தைச் செய்து காட்டினால், அதை விடுதலை செய்வதாகக் கூறினான்.

என்ன மாதிரி அதிசயத்தைச் செய்து காட்ட வேண்டும் என்று பூதம் கேட்டது. தன் மனதில் இப்பொழுது இருக்கும் குழப்பத்திற்கு தெளிவு தேவை. அதற்கான ஆற்றலைக் கொடு என்று கேட்டான் பேரன்.

பூதமும் அதற்கான ஆற்றலை அவனுக்குத் தந்தது. இப்போது அவனது மனதுக்குள் அந்தப் பூதம் தாத்தாவை மிரட்டியது காட்சியாக விரிகிறது. அது மட்டுமில்லாமல் பூதங்களிடம் இருந்து ஆற்றலைப் பெறுகிற வழியையும் அவன் தெரிந்து கொள்கிறான். உடனே அந்தப் புட்டியைத் தூக்கி மீண்டும் கடலுக்குள் வீசுகிறான்.

கடவுளே கண் முன் தோன்றினாலும், அழியும் எதையும் கேட்டுப் பயன் இல்லை. நாம் கற்றதை வைத்துத்தான் எதையும் சாதிக்க முடியும். கற்காத ஒன்றில் ஈடுபட முயன்றால், அது அழிவையே கொண்டுவரும். ஆகையால் வாழ்க்கையில் அந்த நிமிடத்தில் கிடைக்கும் தற்காலிகச் சந்தோஷத்தைத் தேடுவதை விட, பூரணத்தை அடையும் வழிகளைத் தேடித் தெரிந்து கொள்ள வேண்டும் என்ற சூஃபியின் ஞானம் அவனுக்கு வழிகாட்டியானது.

10. வெளிச்சம் வெளியே இல்லை

எட்டாம் நூற்றாண்டில் வாழ்ந்த முதல் சூஃபி கவிஞர் ஹஸ்ரத் ராபியா பஸ்ரி. அரபு உலகின் ஆண்டாள் என்று போற்றப்பட்டவர். அவர் சொன்ன கதை.

ராபியா பஸ்ரி கடை வீதியில் நீண்ட நேரமாக எதையோ தேடிக் கொண்டிருந்தார். மாலை நேரம் ஆகி இருள் கவிந்து கொண்டிருந்தது. அவரைப் பார்த்த அந்த வீதியின் மக்கள் அங்கு குழுமினர்.

"பொழுது சாய்ந்து கொண்டிருக்கிறது. என்ன தேடுறீங்க? சொன்னால் நாங்களும் தேடுவோம்" என்றனர்.

ஊசியைத் தேடிக் கொண்டிருப்பதாக ராபியா சொல்ல, அவர்களும் உடன் சேர்ந்து தேடத் தொடங்கினார்கள். சிறிது நேரம் சென்றது. கூட்டத்தில் இருந்த ஒருவர் கேட்டார்.

"ராபியா, இருட்டிக்கிட்டு வருது. எங்க விழுந்தது என்று சொன்னால், அந்த இடத்தில் கவனமா தேடலாம்".

"அது வீதியில் இல்லை, என் வீட்டுக்குள் விழுந்தது".

"அப்படினா எங்களை ஏன் வீதியில் தேட வச்சிங்க?" என்று அவரே கேட்டார்.

"வீட்டுக்குள் வெளிச்சம் இல்லை. அதான் வெளிச்சம் உள்ள இடத்தில் தேடினேன்" என்றார் ராபியா.

எல்லோரும் சிரித்துவிட்டு, அங்கிருந்து கலைந்து செல்ல முயன்றார்கள். மீண்டும் அவர்களை ராபியா அழைத்தார்.

"இப்ப என்ன சொல்லப் போறீங்க?" என்று ஒருவர் சிரித்துக்கொண்டே கேட்டார்.

"நீங்கள் எல்லோரும் என்ன செய்துகொண்டு இருக்கிறீர்களோ அதையே தான் நானும் இப்போது செய்தேன். நீங்கள் எல்லாரும் வெளியே தானே தேடிட்டு இருக்கீங்க? என்றாவது எங்கு தொலைத்தோம் என்று யோசித்து இருக்கீங்களா? நானும் உங்களை மாதிரி தான் இருந்தேன். எப்போது தொலைத்த இடத்தில் தேட ஆரம்பித்தேனோ அப்போதே எனக்கு எல்லாம் புரிய ஆரம்பித்தது" என்றார்.

நாம் அனைவரும் பல விதமான தேடல்களில் இருக்கின்றோம். எதைத் தேடுகிறோம் என்ற புரிதல் இருப்பது போல், எங்கு தேட வேண்டும் என்ற விழிப்புணர்வு இருப்பதில்லை. இந்தச் சூட்சமத்தைத் தெரிந்த சூஃபிகள், தேடுபவர்களுக்கு வழி காட்டி வருகின்றார்கள்.

11. விஷப் பாம்பை விழுங்கியவன்

சூஃபி ஒருவர் தனியே நடந்து வந்து கொண்டிருந்த போது, ஒரு மரத்தடியில் வாயைத் திறந்துகொண்டு ஒருவன் தூங்குவதைப் பார்த்தார். அவனது திறந்த வாய்க்குள் நுழைய சின்னப் பாம்பொன்று தயாராக இருந்தது.

அதைத் தடுப்பதற்காக சூஃபி மிக வேகமாக அவனை நெருங்கினார். ஆனால், அதற்குள் பாம்பு அவனது வாய்க்கு உள்ளே சென்று விட்டது. சூஃபி யோசிக்கவே இல்லை. தனது கையில் இருந்த தடியால் தூங்கிக் கொண்டிருந்தவனை பலமாக அடித்தார். அவன் பயந்து எழுந்தான். அவனை விடாமல் தொடர்ந்து அடித்தார் சூஃபி. அவனால் வலி தாங்க முடியவில்லை. ஆப்பிள் மரத்தடியில் ஓடிச் சென்று நின்று கொண்டான்.

அப்பொழுதும் சூஃபி அவனை விடாமல் தொடர்ந்து அடித்தார். மரத்துக்குக் கீழே இறைந்து கிடந்த ஆப்பிள்களைச் சாப்பிடச் சொன்னார். அவரது

அடிக்குப் பயந்து அவன் வயிறு முட்ட ஆப்பிள்களைச் சாப்பிட்டான்.

"என்னை ஏன் இப்படி அடிக்கிறீங்க? ஒரே வழியாக என்னைச் சாகடித்து விடுங்க..." என்று கோபமாக அவன் கத்தினான்.

பேசிக் கொண்டிருக்கும்போது, அவன் வாயில் இருந்து ரத்தம் வந்தது. சூஃபி மீண்டும் அவனை அடிக்கத் தொடங்கினார். அவன் சூஃபியிடம் இருந்து தப்பித்து ஓடினான். சூஃபியும் அவனைத் துரத்தித் துரத்தி அடித்துக்கொண்டே இருந்தார்.

அவன் ஓடி ஓடி களைத்துப் போனான். அதற்குமேல் ஓர் அடி கூட அவனால் எடுத்து வைக்க முடியவில்லை. அப்போது அவனுக்கு வயிற்றைப் புரட்டுவது போல் இருந்தது. வாந்தி எடுத்தான். அவனது வயிற்றுக்குள் இருந்த நல்லது கெட்டது என்று அனைத்தும் வெளியே வந்தன, விஷப் பாம்பு உள்பட.

வெளியே வந்து விழுந்த பாம்பைப் பார்த்தவனுக்கு சூஃபி எதற்காக தன்னை துரத்தி துரத்தி அடித்தார் என்பது புரிந்தது. அதுவரை அவன் வாங்கிய அடியின் வலி எல்லாம் மறந்து போனது. சூஃபியின் கைகளைப் பற்றி நன்றி சொன்னான்.

"அய்யா நான் ஒரு கழுதையைப் போல் ஓடிக் கொண்டிருந்தேன். அதன் மீது பாசம் கொண்ட உரிமையாளன், அதைக் கொடூரமான விலங்குகளிடம் இருந்து காப்பாற்ற பின் தொடர்வது போல் நீங்கள் என்னைப் பின் தொடர்ந்து வந்தீர்கள். அதற்கு நன்றி. ஆனால், ஏன் என்னிடத்தில் பாம்பைப் பற்றி நீங்கள் முன்பே சொல்லவில்லை?" என்று கேட்டான்.

சூஃபி, ''காரணத்தைச் சொல்லி இருந்தால், பாம்பின் விஷம், உன்னைக் கொல்வதற்கு முன், பயமே உன்னைப் பலியாக்கி இருக்கும். மேலும் பாம்பு உனக்குள் இருப்பது தெரிந்து இருந்தால், பழத்தையும் சாப்பிட்டு இருக்க மாட்டாய்'' என்று விளக்கம் அளித்தார்.

சில நேரங்களில் நல்லவர்கள், நம் மீது அக்கறை கொண்டவர்கள் சொல்லும் கடும் சொல்லை நாம் சரியாகப் புரிந்து கொள்வதில்லை. இருப்பினும் அது நன்மையை மட்டுமே தரும். முட்டாள்களின் அன்பு மொழியோ அழகாய் இருக்கும். ஆனால், அதில் ஏமாந்தால் நஷ்டமே ஏற்படும்.

12. யானையின் காதுக்குள்
புதுமனைப் புகுவிழா

அளவில் மிகச்சிறிய உலங்கு என்ற ஓர் உயிரினம் இருந்தது. இந்தக் கதையில் அதன் பெயர் நாமூஸ். அது மிகவும் புத்திசாலி. அதனால் அது புத்திசாலி நாமூஸ் என்று அழைக்கப்பட்டது.

வாழ்க்கையின் அடுத்த கட்ட நகர்வுக்காக அது குடியேற சிறந்த வீடொன்றைத் தேர்வு செய்தது. அது ஒரு யானையின் காது. அங்கு குடியேற புதுமனைப் புகுவிழா நடத்தியது. ஜாம் ஜாமென்று நடந்த அந்தக் கொண்டாட்டத்தில் அது மிகவும் குதூகலமானது. தான் குடியேறி இருப்பதை யானையிடம் கூறினால் அது சந்தோஷப்படும் என்று நினைத்த நாமூஸ், யானையின் காதில் அந்த விஷயத்தைச் சொன்னது. .

யானையிடம் இருந்து எந்தப் பதிலும் இல்லை. ஒருவேளை யானைக்கு அது கூறியது கேட்டிருந்தால் ஏதாவது பதில் சொல்லி இருக்கும். ஆனால், தான் கூறியது யானை காதில் விழுந்ததாகவும் அதனால்

அது பெருமை அடைந்ததாகவும் நாமூஸ் கற்பனை
செய்து கொண்டது.

யானையின் காது மிகவும் கதகதப்பாகவும்,
விசாலமாகவும், பாதுகாப்பாகவும் இருப்பதாக
உணர்ந்தது நாமூஸ். காலங்கள் ஓடியது. நாமூஸ்
தன் பிள்ளை, குட்டிகளோடு யானையின் காதுக்குள்
சுகமான ஒரு வாழ்க்கையை வாழ்ந்து கொண்டிருந்தது.
நாமூஸும் அதன் வாரிசுகளும் தனது காதுக்குள்
வாழ்ந்து கொண்டிருப்பது யானைக்கு இது நாள் வரை
தெரியவில்லை. இனியும் தெரிய வாய்ப்பில்லை.

பல ஆண்டுகள் யானையின் காதுக்குள்ளேயே
வாழ்ந்தது அலுத்துப் போனதாலும், தனது கலாச்சராம்,
பண்பாடு, பாரம்பரியம் இவற்றைப் பாதுகாக்கவும்
அங்கிருந்து காலி செய்துகொண்டு, புதிய வீட்டுக்குக்
குடியேற முடிவு செய்தது நாமூஸ்.

முறையாக அதை வீட்டு உரிமையாளரிடம்
கூற விரும்பியது. ஆனால், இவ்வளவு காலம்
இருந்துவிட்டு, காலி செய்வதை யானையிடத்தில்
எப்படிச் சொல்வது என்ற தயக்கம் அதற்கு இருந்தது.
அதனால் சொல்ல வேண்டியதை பலமுறை தனக்குள்
ஒத்திகை பார்த்துக்கொண்டது.

ஒருநாள் தயக்கங்களை உதறி, தன் சக்தியை எல்லாம்
திரட்டி, உரத்த குரலில் தான் வீட்டைக் காலி செய்யும்
விஷயத்தை யானையிடம் சொல்லிவிட்டது. ஆனால்,
யானையிடமிருந்து எந்த ஒரு பதிலும் இல்லை.
மீண்டும் சத்தமாகக் கத்தியது நாமூஸ். ம்ஹூம்.
யானை அதன் வேலையில் மும்முரமாக இருந்தது.

எப்படியும் சொல்லிவிட்டுத்தான் போக வேண்டும்
என்பதில் உறுதியாக இருந்த நாமூஸ், மீண்டும் ஒரு

முறை, "ஏய்ய்ய்ய்ய யானையே... நான் இங்கிருந்து போவதற்கான காரணங்கள் என்னிடம் இருக்கின்றன. நான் போவதை எப்படி நீ உணர்கிறாய்?" என்று மிகவும் சத்தமாகக் கேட்டது.

யானை தன் தலையை உயர்த்தி எதற்காகவோ அப்போது பிளறியது. அது தனக்கான பதில்தான் என்று நாமூஸ் எண்ணிக் கொண்டது. அதாவது நாமூஸின் வருகை எத்தனை முக்கியமானதோ, அப்படித்தான் அது போவதும் முக்கியமானது என்று யானை சொன்னதாகப் புரிந்துகொண்டது.

நாமூஸ் போன்றே பலர், தங்கள் வாழ்க்கையில் மிக முக்கியம் என்று எண்ணிக் கொண்டிருக்கும் பல விஷயங்கள் இருப்பதும், இல்லாததும் ஒன்றுதான் என்பதைப் புரிந்து கொள்வதே இல்லை. இந்த விஷயத்தை நாமூஸ் போலவே அவர்கள் இறுதி வரை தெரிந்து கொள்ளாமலே இறந்தும் போகிறார்கள்.

13. கிளியின் மொழி

ஒரு விவசாயியின் மகள் ஆசையாகக் கிளி ஒன்றை வளர்த்து வந்தாள். அதைப் பேச வைக்கப் பல வழிகளிலும் முயன்றாள். ஆனால் பலன்தான் இல்லை. ஒருநாள் கண்ணாடியில் முகம் பார்த்தவளுக்குச் சட்டென்று ஒரு யோசனை தோன்றியது.

கண்ணாடியை எடுத்துக் கொண்டு வந்து கிளி முன் வைத்தாள். கண்ணாடிக்குப் பின்னே நின்று அவள் பேச ஆரம்பித்தாள். கிளியோ கண்ணாடியில் இருப்பது இன்னொரு கிளி என்று நினைத்துப் பேச்சைக் கேட்க ஆரம்பித்தது.

நாட்கள் சென்றன. கிளி நன்றாகப் பேச ஆரம்பித்தது. வார்த்தைகளின் அர்த்தங்கள் புரியாவிட்டாலும் அழகான உச்சரிப்புடன் பேசியது. ஏராளமான வார்த்தைகளை உச்சரிக்கக் கற்றுக் கொண்ட கிளிக்குத் தான் பேசுவதின் அர்த்தம் புரிந்ததே இல்லை.

மனிதர்களும் அந்தக் கிளி போலவே பலவற்றை மற்றவர்களிடத்தில் இருந்து நகலெடுக்கிறார்கள்.

ஆனால், அதன் முழுமையை உணர்ந்து கொள்ள என்றும் முயன்றதில்லை. அவர்கள் கற்றும் கல்லாதவர்களின் செயலையே செய்து கொண்டிருக்கிறார்கள்.

14. உழவனின் உபதேசம்

ஏமன் நாட்டில் ஒரு சாது விவசாயி வாழ்ந்து வந்தார். அவரைத் தேடி மக்கள் அலை அலையாய் அணிவகுத்தனர். அவர் இருக்கும் இடம் ஏழைகளின் புனித இடமாக மாறியது.

அதற்குக் காரணம் என்ன தெரியுமா? அவர் தனக்குக் கிடைக்கும் விளைச்சலிலிருந்து பத்தில் ஒரு பங்கை ஏழைகளுக்குக் கொடுத்து வந்தார். அரிசி, கோதுமை, பருப்பு என்று எந்தத் தானியமாக இருந்தாலும் அவர் கணக்கு ஒன்றாகவே இருந்தது.

அதைப் பார்த்த அவரது இரு மகன்கள் கோபம் கொண்டார்கள். தங்கள் தந்தை அளவுக்கு அதிகமாகத் தானம் தருவதாக எண்ணினார்கள். ஆனால், விவசாயி அவர்களிடம், அனைத்தும் இறைவனிடத்தில் இருந்து கிடைப்பதே. எனவே, பகிர்ந்து கொள்வதால் குறை ஒன்றும் இல்லை என்று உபதேசம் செய்தார்.

ஆனால், அவர் தனது மகன்களுக்குச் சொன்ன உபதேசங்கள் அனைத்தும் மலட்டு நிலத்தில் விதைத்த

விதைகள் போலவே மாற்றம் இல்லாமலே இருந்தன. தங்களது தந்தை தானமாகக் கொடுக்கும் பத்தில் ஒரு பங்கு விளைச்சலை மட்டும் பார்த்தார்களே ஒழிய மகத்தான மகசூலுக்கு நன்றி இல்லாதவர்களாய் இருந்தார்கள்.

விதைப்பவர் எவ்வளவுதான் கடுமையாக வேர்வை சிந்திப் பயிர் செய்தாலும் நிலம் பழுதென்றால், அவர் உழைப்பு அனைத்தும் வீண்.

15. அரச கட்டளை

மஹ்மூத் என்ற அரசன் வேட்டைக்குச் சென்றான். அப்போது அவன் கண்களில் ஒரு விண்மீன் தெரிந்தது. அதைப் பின் தொடர்ந்து சென்றவன், மலைகளையும், நீரோடைகளையும் கடந்து ஒரு கிராமத்தை வந்தடைந்தான்.

தொடர்ச்சியான அலைச்சலால் சோர்ந்து போனவனுக்குத் தண்ணீர் தாகம் எடுத்தது. கண்ணில் பட்ட ஒரு குடிசையில் தண்ணீர் கேட்டான். அங்கிருந்த இயாஸ் என்ற இளைஞன் தன் சகோதரனைத் தண்ணீர் கொண்டு வர ஆற்றுக்கு அனுப்பினான். அவன் வரும் வரை அரசரிடம் பேசிக் கொண்டு இருந்த இயாஸ், அந்தத் தண்ணீரை அரசருக்குக் கொடுத்தான்.

தண்ணீரைக் கேட்டவுடன் ஏன் கொடுக்கவில்லை என்று அரசன் கேட்டான். அதிகமாக வியர்த்து இருந்ததால் தண்ணீர் உடனே கொடுக்கவில்லை, அது உடம்புக்கு நல்லதில்லை. அதனால்தான் கொஞ்ச நேரம் கழித்துத் தண்ணீர் கொடுத்ததாக விளக்கினான்.

இதைக் கேட்ட அரசனுக்கு இயாஸை மிகவும் பிடித்துப் போனது. அவன் தாயாரிடம் அனுமதி பெற்று அவனை அரண்மனைக்கு அழைத்து வந்தான். அவனுக்கு அங்கு எல்லா வசதியும் செய்து தரப்பட்டது. இயாஸ் தன் அறையின் அலமாரியில் தான் முன்பு அணிந்திருந்த பழைய ஆடைகளைப் பத்திரமாகப் பூட்டி வைத்து, அதை அவ்வப்போது திறந்து பார்ப்பதை வழக்கமாகக் கொண்டிருந்தான்.

அவன் அடிக்கடி அந்த அறைக்குச் சென்று, அலமாரியைத் திறந்து பார்ப்பதைக் கவனித்த சிலர், அரசனிடம் புகார் செய்தார்கள். இயாஸ் தங்கம், வெள்ளி போன்ற விலை உயர்ந்த பொருட்களைத் திருடி வைத்திருப்பதாகச் சந்தேகப்படுவதாகக் கூறினார்கள்.

அரசனுக்கு இயாஸைப் பற்றி நன்கு தெரிந்து இருந்ததாலும், அவன் மீது மிகுந்த நம்பிக்கை கொண்டு இருந்ததாலும் அவன் அப்படிச் செய்ய வாய்ப்பில்லை என்று உறுதியாக நம்பினான். ஆகையால் புகார் சொன்னவர்களிடம், "நீங்கள் அவன் அலமாரியையும், அறையையும் சோதனை செய்து பாருங்கள். அப்படி ஏதாவது கிடைத்தால், அதை நீங்களே எடுத்துக் கொள்ளுங்கள்" என்று கட்டளையிட்டான்.

இயாஸின் அறை முழுதும் தேடியும், அவர்கள் நினைத்தது போல் எந்த ஒரு விலை உயர்ந்த பொருளும் கிடைக்கவில்லை. அரசனிடம் வாடிய முகத்தோடுச் சென்றார்கள். அவர்களைப் பார்த்து அரசன், "எங்கே மூட்டைகளை காணோம்?" என்று கிண்டலாகக் கேட்க, பழைய துணியைத் தவிர்த்து அந்த அறையில் வேறு ஒன்றும் இல்லை என்பதைச் சொன்னார்கள்.

அரசன் மக்கள் அனைவரையும் ஒரு பெரிய மைதானத்தில் ஒன்று கூடச் சொன்னான். இயாஸ் அறையைத் தேடிச் சென்றவர்களின் முன் விலை உயர்ந்த ஒரு கல்லை வைத்து, அதன் மதிப்பு தனது ராஜ்யத்தில் பாதி என்பதைத் தெரிவித்தான். அவர்களிடம் அந்தக் கல்லைச் சுக்குநூறாக உடைக்கும்படி கட்டளையிட்டான். ஆனால், அதன் விலை மதிப்பை நினைத்து மலைத்துப் போன அவர்களில் ஒருவரும் அந்தக் கல்லை உடைக்க முன்வரவில்லை.

ஆனால், இயாஸிடம் சொன்னபோது, அரசனின் வாக்கிற்கு முன் எதுவும் பெரிதில்லை என்று சொல்லி, அதைச் சுக்கு நூறாக உடைத்து விட்டான். அரசன் தன் கட்டளையை மீறியவர்களுக்குக் கடுமையான தண்டனையை அறிவிக்கிறான்.

இயாஸ் அரசனை நோக்கி, "உங்கள் அன்புக்கு முன் வேறு எதுவும் பெரிதில்லை. தயவு கூர்ந்து அவர்களைத் தண்டிக்க வேண்டாம்" என்று கேட்டுக் கொண்டான். அரசனும் அவன் மேல் வைத்த அன்பின் காரணத்தால் தண்டனையை ரத்து செய்தான்.

16. கழுதைக்கு வந்த ஞானம்

தண்ணீர் வியாபாரி ஒருவனிடம் ஒரு கழுதை இருந்தது. தினமும் தண்ணீர்ப் பானைகளைச் சுமந்து சுமந்து அதன் முதுகு மிகவும் ரணமாகி விட்டது. கழுதையின் ஏழை எஜமானனால் அதற்குச் சாப்பிட சரியான உணவையும் கொடுக்க முடியவில்லை. அது இறைவனிடம் தன்னை விரைவில் அழைத்துக்கொள்ளும்படி பிரார்த்தித்தது.

ஒருநாள் அரண்மனையின் குதிரைகளைப் பார்த்துக் கொள்ளும் முக்கிய பதவியிலிருந்த ஒருவன், அந்தக் கழுதையைப் பற்றி விசாரித்தான். அதற்கு எஜமானன், "என் வறுமை அதையும் விழுங்கிக் கொண்டிருக்கிறது" என்று வேதனையுடன் சொன்னான்.

அதைக் கேட்ட குதிரை பராமரிப்பாளனின் மனம் கசிந்தது. "கழுதை கொஞ்ச நாள் அரண்மையில் என்னோடு இருக்கட்டும்" என்று சொல்லி அழைத்துச் சென்றான்.

அரண்மனையின் குதிரை லாயத்துக்குச் சென்ற கழுதை, அங்கிருந்த குதிரைகளை வியந்து பார்த்தது. குதிரைகளுக்குச் சுத்தமான இடத்தில் ஓட்ஸ் மட்டும் பார்லி கொடுக்கப்பட்டது. அந்த இடமும் சுத்தமாக இருந்தது.

கழுதை மனதிற்குள், "இறைவா, நானும் உன் படைப்பு தானே? எனக்கு மட்டும் வறுமையைக் கொடுத்து ஏன் வாட்டுகிறாய்? குதிரைகளுக்கு மட்டும் இத்தனை சொகுசான வாழ்க்கையா? இது என்ன நியாயம்?" என்று புலம்பியது.

நாட்கள் சென்றன. ஒருநாள் போருக்காக அனைத்துக் குதிரைகளும் தயார்ப்படுத்தப்பட்டன. போர் முடிந்து திரும்பி வந்த பல குதிரைகளுக்கு உடலெங்கும் காயங்கள். சில குதிரைகள் கால்களை இழந்தும் காணப்பட்டன. அதில் பல குதிரைகள் மீண்டும் வரவேயில்லை. போரிலேயே இறந்து போயின.

அதைக் கண்ட கழுதைக்கு ஞானம் வந்தது. வறுமையே தனக்குக் கிடைத்த வரம் என்று நினைத்தது.

கழுதையைப் போல் மனிதர்களும் மற்றவர்களின் ஒரு பக்கத்தை மட்டும் பார்த்துப் பொறாமைப்பட்டுப் புலம்புகிறார்கள். இன்னொரு பக்கத்தைப் பார்க்க முயன்றால் தங்களை பாக்கியவான்களாக உணர்வார்கள்.

17. நீரில் நடந்த பாமரன்

ஆற்றங்கரையில் இருந்த பெரிய மரத்துக்கு அடியில் சூஃபி ஞானி ஒருவர் அமைதியாக உட்கார்ந்து இருந்தார். பல்வேறு ஆன்மீகப் பயிற்சிகளை மேற்கொண்டிருந்த அவரது மனம், அறம் மற்றும் அறிவார்ந்த சிக்கல்கள் பற்றிய சிந்தனையில் மூழ்கியிருந்தது. அப்போது அவரது சிந்தனையைக் கலைக்கும் விதமாகத் தொலைவிலிருந்து ஒரு சத்தம் கேட்டது.

மிகவும் சத்தமான குரலில் சூஃபிகள் உபயோகிக்கும் மந்திரத்தை, யாரோ ஒருவன் தவறான உச்சரிப்புடன் சொல்லிக் கொண்டிருந்தான். மந்திரத்தின் உச்சரிப்பு தவறாக இருந்தாலும் அந்தக் குரலில் ஈடுபாடும், உண்மையும் தெரிந்தது.

அவர் அந்த மந்திரத்தை அவனுக்குச் சரியாகக் கற்றுத் தர வேண்டும் என்று முடிவு செய்தார். அப்படிச் செய்வதால் ஒருவருக்குத் தான் வழிகாட்டியாக இருப்பதுடன், அது கற்றுத் தேர்ந்த தன்னுடைய கடமை என்றும் நினைத்தார்.

ஆற்றுக்கு நடுவில் இருக்கும் தீவிலிருந்து சத்தம் வருவதை அறிந்து, படகொன்றில் அங்கு சென்றார்.

அங்கே ஒரு குடிசையில் தர்வேஷ்களின் ஆடையணிந்த பாமரன் ஒருவன் இருந்தான். அவன் 'ஊயா... ஹூ... யா... ' என்று கத்திக் கொண்டும், தாளத்திற்கு ஏற்ப அசைந்து கொண்டும் இருந்தான்.

அவனை இடைமறித்த தர்வேஷ், "நண்பனே, நீ சூஃபிகள் பயன்படுத்தும் மந்திரத்தைத் தப்பாக உச்சரிக்கின்றாய். அதனால் எந்தப் பயனும் கிடைக்காது. உனக்கு உதவுவதற்குத் தான் படகை அமர்த்திக் கொண்டு வந்து இருக்கிறேன். இது சூஃபி பள்ளியில் பயின்ற என் கடமை" என்றார்.

இதைக் கேட்டு நெகிழ்ந்து போன அந்த மனிதன், கண்களில் கண்ணீருடன் "நீங்கள் எப்படிச் சொல்லித் தருகிறீரோ அப்படியே ஓதுகிறேன்" என்றான்.

"யா... ஹூ, யா.... ஹூ... என்று சரியாக உச்சரித்துக் கொண்டிரு. இறைவன் நாடினால் நற்பேறு கிடைக்கும்" என்று சொல்லிக் கொடுத்துவிட்டு, தர்வேஷ் அங்கிருந்து கிளம்பத் தயாரானார்.

அவர் மனதில், தவறைத் திருத்தி விட்டோம் என்ற நிம்மதி இருந்தது. அந்த மந்திரத்தைச் சரியாக உச்சரித்து தவம் செய்பவர் தண்ணீரில் நடக்கும் ஆற்றலைப் பெறுவார் என்று தர்வேஷ் கேள்விப்பட்டு இருந்தார். ஆனால், இது நாள் வரை, அப்படி ஒருவரைக் கூட அவர் கண்டது இல்லை. ஒருநாள் தானே அந்த ஆற்றலைப் பெற முடியும் என்று நம்பிக்கை கொண்டிருந்தார்.

குடிசையிலிருந்து இப்பொழுது சரியான யா..ஹூ, யா....ஹூ என்று ஓசை வந்து கொண்டிருந்தது. அவர்

சந்தோஷமாகப் படகில் ஏறிக் கொண்டார். சில நிமிடங்களில் மீண்டும் 'ஊ... யா... ஹூ... யா... ' என்று சத்தம் வர ஆரம்பித்தது. தர்வேஷ் மனம் உடைந்தார். எத்தனை முறை திருத்தினாலும் சிலர் திருந்தவே போவதில்லை என்று மனதில் சலித்துக் கொண்டார்.

அப்போது திடீரென்று, "நில்லுங்கள், நில்லுங்கள்" என்று தர்வேஷின் படகை நோக்கிச் சத்தம் வந்தது. திரும்பிப் பார்த்த தர்வேஷ் உறைந்து நின்றார். தண்ணீரில் நடந்தபடியே அந்தப் பாமரன் படகுக்கு அருகில் வந்தான்.

"மன்னிக்கவும், நீங்கள் சொன்ன மந்திரத்தை மறந்துவிட்டேன். மீண்டும் ஒருமுறை சொல்லித் தாருங்கள். நான் ஞாபகம் வைக்க முயல்வேன்" என்றான்.

இந்தக் கதையில் வரும் தர்வேஷ் யாரென்று நமக்குப் புரிந்து இருக்கும். எல்லாவற்றிற்கும் அடிப்படை மனதில் எழும் நோக்கம் மட்டும்தான். செயல் எதுவாக இருந்தாலும் அதன் நோக்கம் சரி இல்லை என்றால் எல்லாம் வீண் ஆகிவிடும்.

18. மாணவர்கள் செய்த தந்திரம்

பள்ளி மாணவர்கள் எல்லோரும் ஆசிரியர் மீது எரிச்சலில் இருந்தார்கள். அவருக்கு ஏன் ஒருநாளும் உடல்நிலை பாதிப்பு வருவதில்லை? தலைவலி, காய்ச்சல் என்று ஏதாவது அவருக்கு வந்தால் விடுப்பு எடுத்துக்கொள்வார். அதனால் தங்களுக்கும் விடுமுறை கிடைக்குமே என்று நினைத்தார்கள். ஆனால், அவரோ மிகவும் ஆரோக்கியமாக இருந்தார்.

எனவே மாணவர்கள் ஒன்று கூடி ஒரு திட்டம் போட்டார்கள். ஆசிரியர் அன்று வகுப்புக்குள் வந்து தன் வேலையை ஆரம்பித்தார். ஒரு மாணவன் அவரிடத்தில் சென்று, "ஐயா உங்கள் முகம் ஏன் இப்படி வெளுத்து இருக்கு?" என்று கேட்டான்.

"அப்படி எல்லாம் ஒன்றும் இல்லை. நீ உன் இடத்திற்குச் சென்று பாடத்தைக் கவனி" என்று அவனை அனுப்பிவிட்டார்.

சிறிது நேரத்திற்குப் பின், மற்றொரு மாணவன் அவரிடத்தில் சென்று, "ஐயா உங்களுக்கு உடம்பு சரியில்லையா?" என்று விசாரித்தான்.

"அப்படியெல்லாம் ஒன்றுமில்லையே" என்று கூறியவர், மீண்டும் தொடர்ந்து பாடம் நடத்த ஆரம்பித்தார்.

மூன்றாவது முறை இன்னொரு மாணவனும், அதே போன்ற கேள்வியை அவரிடம் கேட்டான். ஆசிரியருக்கு இப்போது கொஞ்சம் பயம் வந்தது. மாணவர்களை அழைத்துக் கொண்டு, தன் வீட்டுக்கு வந்து கதவைத் தட்டினார்.

அவர் வருகையை எதிர்பார்க்காத அவரது துணைவியார், "என்ன ஆனது? ஏன் திரும்பி வந்துட்டீங்க?" என்று பதற்றம் அடைந்தார்.

மற்றவர்கள் அனைவருக்கும் தனக்கு உடல் நிலை சரி இல்லை என்பது தெரியுது. மனைவிக்கு மட்டும் தெரியவில்லை என்று கோபமானவர், சீக்கிரம் படுக்கையை சரி செய்யுமாறு கூறிவிட்டு, மாணவர்களைப் படிக்கச் சொன்னார்.

வீட்டுக்கு அனுப்பிவிடுவார் என்று நினைத்திருந்த மாணவர்களுக்கு, அவர் தனது வீட்டிற்கு அழைத்து வந்தது பெரிய ஏமாற்றமாக இருந்தது. அதிலிருந்த புத்திசாலி மாணவன் ஒருவன் உரத்த குரலில் படிக்க ஆரம்பித்தான். அவனைத் தொடர்ந்து மற்றவர்களும் உரத்த குரலில் காது கிழியும் அளவுக்குப் படிக்க ஆரம்பித்தார்கள். இதனால் ஆசிரியருக்கு உண்மையிலேயே தலைவலி ஆரம்பமானது. உடனே அவர்களை வீட்டுக்குப் போகச் சொல்லிவிட்டார்.

அவர் மனைவியோ, நன்றாகத் தானே இருக்கிறார். ஏதோ ஒரு பயம் அவருக்குள் இந்த மாற்றத்தைக் கொண்டுவந்து இருக்கிறது. இப்படியே விட்டால் அவர் நிஜமாகவே நோயாளி ஆகிவிடுவார் என்று கவலைப்பட்டாள்.

மாணவர்களின் பெற்றோர்கள் மறுநாள் ஆசிரியரின் உடல் நிலையைப் பற்றி விசாரிக்க, அவரது வீட்டுக்கு வர ஆரம்பித்தார்கள். இப்பொழுது ஆசிரியர் மேலும் சோகமாகி விட்டார். தனக்கு ஏதோ ஆகிவிட்டது என்று நம்பத் தொடங்கினார்.

இந்தக் கதையில் வரும் ஆசிரியர் போல் தான் நம்மில் பலரும் மற்றவர்கள் மீண்டும் மீண்டும் சொல்லும் பொய்களை உண்மை என்று நம்பி, கலக்கம் அடைகிறோம்.

19. நெருப்பின் கதை

ஆதிமனிதன் கூட்டத்தில் நூர் என்பவன் இருந்தான். அவன் இயற்கையை ஆழமாகக் கவனித்து ஆராய்ச்சி செய்து கொண்டிருந்தான். அதன் விளைவாக நெருப்பைக் கண்டுபிடித்தான்.

தனது கண்டுபிடிப்பை மற்ற குழுக்களுக்கும் கற்பித்தான். சிலர் அதன் பயனை அடைந்தார்கள். மற்றவர்கள் அதைப் புரிந்து கொள்ளாமல் அவன் அபாயமானவன் என்று விரட்டிவிட்டார்கள். இறுதியாகப் பழங்குடி மக்களிடம் சென்று அவன் அந்த ரகசியத்தைச் செய்து காட்டினான். அவர்கள் பயந்துபோய் அவனைப் பிசாசு என்று எண்ணிக் கொன்றுவிட்டார்கள்.

பல நூற்றாண்டுகள் கழிந்தன. நெருப்பைப் பற்றித் தெரிந்து கொண்ட முதல் இனக்குழு தனது பூசாரிகளுக்கு மட்டும் என்று அதை ஒதுக்கிக் கொண்டது. இதனால் பூசாரிகளுக்கு பலம் கூடியது. சாமானியன் பயத்திலும் வியப்பிலும் உறைந்தான்.

இரண்டாம் இனக்குழூ நெருப்பை உண்டாக்கும் கலையை மறந்து, அதன் கருவிகளை மட்டும் பூஜித்து வந்தது.

மூன்றாம் இனக்குழூ, நூரை வணங்க ஆரம்பித்தது. நான்காம் இனக்குழூ ரகசியத்தைக் காவியங்களில் பதுக்கி வைத்தது. சிலர் அதை நம்பினார்கள். சிலர் அதை மறுத்தார்கள்.

ஐந்தாம் குழூ நெருப்பை உருவாக்கிப் பயன்படுத்திக் கொண்டிருந்தது.

பல நூற்றாண்டுகள் சென்றபின் ஒரு ஞானி தன் சீடர்களோடு இந்த இனக்குழூக்கள் வாழும் நிலங்களின் வழியாகப் பயணம் மேற்கொண்டார். சீடர்கள் அங்கு பல வகையான சடங்குகளைப் பார்த்தார்கள். இந்தச் சடங்குகளுக்கு எல்லாம் அடிப்படை நெருப்பை உண்டாக்குவது தான் என்பதைத் தெளிவுபடுத்தி, மக்களைச் சீர்திருத்த வேண்டும் என்று குருவிடம் சொன்னார்கள்.

"அப்படியென்றால் நாம் முதலில் இருந்து மீண்டும் பயணத்தை ஆரம்பிக்க வேண்டும். அவர்களில் யார் உயிரோடு இருக்கப் போகிறார்கள் என்று தெரியவில்லை. மீதி இருப்பவர்களுக்குக் கண்டிப்பாகப் பெரிய படிப்பினை கிடைக்கும்" என்றார் குரு.

அவர்கள் அனைவரும் முதலாம் இனக்குழூவிற்குச் சென்றார்கள். அவர்களும் மிகச் சிறப்பான முறையில் இவர்களுக்கு வரவேற்பு அளித்தார்கள். நெருப்பை உண்டாக்கும் மதச் சடங்குகளில் பங்கு பெறுமாறு பூசாரிகள் அழைத்தார்கள். எல்லாம் முடிந்து பழங்குடியினர் பரவச நிலையிலிருந்தபோது,

"யாருக்காவது ஏதாவது சொல்ல வேண்டுமா?" என்று கேட்டார்கள்.

இது தான் சந்தர்ப்பம் என்று ஒரு சீடன் குருவிடம் உண்மையைச் சொல்ல அனுமதி கேட்டான்.

"எது நடந்தாலும் அதற்கு நீயே பொறுப்பேற்கச் சம்மதம் என்றால் பேசு" என்றார் குரு.

சீடன், "இந்தச் சம்பிரதாயங்களுக்கு எல்லாம் அடிப்படை நெருப்பை உருவாக்குவதுதான். அதை நான் செய்து காட்டிவிட்டால், இவ்வளவு வருடங்களாக நீங்கள் அறியாமையில் இருந்து இருக்கிறீர்கள் என்பதை ஒப்புக் கொள்வீர்களா?" என்று கேட்டான்.

கோபமான பூசாரிகள் அவனைப் பிடித்து எங்கோ அழைத்துச் செல்ல, அவன் காணாமல் போனான்.

இரண்டாம் இனக்குழுவிற்குச் சென்றனர். சீடன் ஒருவன், அவர்கள் கருவிகளை வைத்து வணங்குவது எந்த விதத்திலும் உபயோகம் இல்லாதது என்று எடுத்துக் கூறினான். அங்கிருந்தவர்கள், இவர்கள் தங்கள் சம்பிரதாயங்களை அழிக்க வந்து இருக்கிறார்கள் என்று குற்றம் சாட்டி அனுப்பிவிட்டார்கள்.

மூன்றாம் இனக்குழுவிற்குச் சென்றார்கள். சீடன் ஒருவன் அவர்களை நோக்கி, "நூரின் சிலை ஒரு மனிதரைக்குறிக்கிறது. அவர்சொன்னவற்றைச்செய்து பயன்பெற வேண்டும். அதுவே புத்திசாலித்தனம்" என்று கூறினான்.

இதைக் கேட்ட பழங்குடியினர், "நீ சொல்வது உண்மையாகக் கூட இருக்கலாம். ஆனால், அப்படிச்

செய்தால் அது மதத் துரோகம் ஆகிவிடும். இவன் கலகக்காரன்" என்று குற்றம் சாட்டி அவனை வெளியேற்றி விடுகிறார்கள்.

நான்காம் குழுவிடம் சென்றார்கள். இங்கும் ஒரு சீடன் முன் வந்து, "தீ உருவான கதை உண்மையே. அதை எப்படிச் செய்ய வேண்டும் என்று எனக்குத் தெரியும்" என்று சொன்னான். இதைக் கேட்ட சிலர் நம்பினார்கள் பலர் மறுத்தார்கள். அவர்களிடையே குழப்பம் உண்டானது. முடிவில் சீடன் ஏமாற்றுப் பேர்வழி என்று சொல்லி அவர்களை வெளியேற்றினார்கள்.

இறுதியில் ஐந்தாம் இனக்குழுவிடம் சென்றார்கள். அவர்கள் வாழ்க்கையில் தீ உருவாக்கம் என்பது புழக்கத்திலிருந்தது. அவர்கள் பல்வேறு காரியங்களுக்கு அதை உபயோகித்து வந்தனர்.

இறுதியில் குரு தன்னுடைய சீடர்களிடம், "நம்மிடம் எப்படிக் கற்பிக்க வேண்டும் என்ற தெளிவு வேண்டும். கற்பது எப்படி என்று முதலில் மக்களுக்குக் கற்பிக்க வேண்டும். அவர்கள் கற்பதற்கு நிறைய உள்ளது என்பதை அவர்கள் உணர வேண்டும். அவர்கள் கற்பனைக்கும் விருப்பங்களுக்கும் ஏற்ப நாம் கற்றுத் தர இயலாது என்பதைப் புரிய வைக்க வேண்டும். இவை அனைத்தையும் கற்றபின் நீங்கள் மற்றவர்களுக்குக் கற்பிக்கத் தயாராகுங்கள்" என்று முடித்தார்.

குரு சொன்னது சீடர்களுக்கு மட்டுமில்லை நம் அனைவருக்கும் தான்.

20. நாய் கேட்ட நியாயம்

சூஃப்பியைப் போல் ஆடை அணிந்த ஒருவன் தெருவில் ஒரு நாயைக் கண்டான். நெருங்கி வந்த நாயை தன் தடியால் மிக முரட்டுத்தனமாக அடித்து விரட்டினான். வலி தாங்காமல் நாய் அங்கிருந்து ஓடி, ஒரு ஞானியிடம் சென்றது.

ரத்தம் சொட்டும் தனது பாதத்தை ஞானியிடம் காட்டியது. தனக்கு நீதி வழங்க வேண்டும் என்று வேண்டியது. ஞானியும் அந்த சூஃப்பியை அழைத்து வரச் செய்தார்.

சூஃப்பியைப் பார்த்து, ''வாயில்லாத ஜீவனை இப்படிப் போட்டு அடித்து இருக்கிறாயே? இப்படிச் செய்ய உனக்கு எப்படி மனசு வந்தது?'' என்றார்.

இதற்கு அந்த சூஃப்பி, ''ஐயா, நான் ஒன்றும் தவறு செய்யவில்லை. எல்லாம் அந்த நாய் செய்த வேலை. தெருவில் போய்க் கொண்டிருந்த என்னருகில் வந்து அங்கியை அசிங்கப்படுத்தி விட்டது. அதனால்தான் கோபத்தில் இரண்டு சாத்து சாத்தினேன்'' என்றான்.

இதைக் கேட்ட ஞானி நாயிடம் திரும்பி. "நீயே உண்மையைச் சொல்லி உன் கணக்கை முடித்துக்கொள், இல்லையென்றால், மறுமையில் இதற்கான நஷ்டம் வரும் வரை நீ காத்துக் கொண்டிருக்க வேண்டும்" என்றார்.

நாய் மிக வேதனையுடன் சொன்னது, "ஞானியே, உங்களை நம்பி வந்து இருக்கிறேன். என் தரப்பையும் கேளுங்கள். சூஃபி உடையை அவன் அணிந்து இருந்ததால், இவன் எனக்குத் தீங்கு செய்ய மாட்டான் என்று நினைத்தேன். அதனால்தான் அவனிடத்தில் சென்று அங்கியைப் பிடித்தேன். சாதாரண மனிதனாக இருந்து இருந்தால் நான் அவன் பக்கம் சென்றிருக்க மாட்டேன். அவன் சூஃபி இல்லை என்று எனக்குத் தெரியாமல் போனது. அவனிடம் இருந்து முதலில் அந்த அங்கியை கழற்றச் சொல்லுங்கள். அவனைத் தண்டிக்க வேண்டும் என்றால் முதலில், உண்மையாக நடப்போரின் கோலத்திலிருந்து அவனை அகற்றுங்கள்."

நாமும் பல சந்தர்ப்பங்களில் அந்த நாயைப் போல வெளித் தோற்றத்தைப் பார்த்து ஏமாந்து விடுகிறோம். நம் வாழ்க்கையில் பலவற்றைப் போலிக்காகத் தியாகம் செய்து பின்னர் தவிக்கிறோம்.

21. உறைந்திரு! உயர்ந்திரு!

பாம்பு பிடிப்பவன் ஒருவன் இருந்தான். காடு, மலையெல்லாம் அலைந்து திரிந்து அவன் பாம்பு பிடிப்பான். தான் மிகப் பெரிய தைரியசாலி என்ற செருக்கு அவனிடத்தில் அதிகமாகவே இருந்தது.

பனிக்காலம் ஒன்றில் மலை ஏறியவனின் கண்ணுக்கு, மிக நீண்ட பாம்பு ஒன்று தெரிந்தது. வழக்கத்தை விட மிக நீளமாக கனமாக இருந்த அந்தப் பாம்பு பனியால் உறைந்து போயிருந்தது. பாம்பு பிடிப்பவன் அதைப் பார்த்தவுடன் மிகவும் சந்தோஷமடைந்தான். அந்தப் பாம்பு செத்து விட்டது என்று நினைத்து, அதைக் கட்டி மலையில் இருந்து இறங்கி ஊருக்குள் கொண்டு வந்தான்.

மிகப்பெரிய பாம்பை தான் சாகடித்துக் கொண்டு வந்திருப்பதாக சொல்லி, அதைப் பார்ப்பதற்காக மக்களிடத்தில் இருந்து பணம் வசூலிக்க ஆரம்பித்தான். இந்த விஷயம் அக்கம் பக்கம் இருக்கும் ஊர்களுக்கும் பரவியது. அனைவரும் கூட்டம் கூட்டமாக வர ஆரம்பித்தார்கள்.

பனிக்காலத்தில் சூரியனின் மிதமான வெப்பம் உறைந்திருந்த பாம்பின் மீது பாய்ந்து கொண்டிருந்தது. சற்று உடலில் சூடேறியதும் உறைந்து இருந்த அந்தப் பெரிய டிராகன் அசையத் தொடங்கியது. அப்பொழுது தான் அது பாம்பில்லை என்பதும், அது இறக்கவில்லை என்பதும் அனைவருக்கும் தெரிந்தது. முதலில் அது அருகில் இருந்த பாம்பு பிடிப்பவனைச் சாகடித்தது. அதற்குப்பின் கூடி இருந்த மக்களை துவம்சம் செய்தது.

இந்தக் கதையில் வரும் டிராகன் தான் நமக்குள் இருக்கும் ஈகோ. சரியான வெப்பமான வானிலை டிராகனை விழிக்க வைத்தது. அது போலவே சில சூழ்நிலைகளால் உறங்கிக் கிடக்கும் ஈகோ வெளியே வருகையில், முதலில் நம்மையும், பின் நம்மைச் சுற்றி உள்ளவர்களையும் காயப்படுத்தி விடுகிறது. நமக்குள் இருக்கும் ஈகோ உறைந்து கிடக்கும் வரை அது நமக்கு அடிமை. அது வெளியே வந்துவிட்டால் நாம் அதற்கு அடிமை.

22. நலம் தானா?

காது கேளாத ஒருவர், தனது அண்டை வீட்டுக்காரருக்கு உடல்நிலை சரி இல்லை என்பதை அறிந்தார். அவரைப் பார்த்து நலம் விசாரித்துவிட்டு வர நினைத்தார். அதற்கு முன் அங்கு சென்றால் என்ன பேச வேண்டும் என்றும் அதற்கு என்ன பதில் வரும் என்பதையும் மனதிற்குள் ஒத்திகைப் பார்த்துக் கொண்டார்.

அதாவது, போனவுடன் முதலில் "எப்படி இருக்கீங்க?" என்று கேட்க வேண்டும். அவர் "பரவாயில்லை" என்று பதில் சொல்லுவார். உடனே "எல்லாம் இறை நாட்டம்" என்று தான் பதில் சொல்ல வேண்டும்.

இரண்டாவதாக, "என்ன சாப்டீங்க?" என்று கேட்க வேண்டும். அவர் சூப் போன்ற ஏதாவது ஒரு உணவைப் பற்றிச் சொல்வார். அதற்கு, "அதையே சாப்பிடுங்க, சீக்கிரம் சரியாகிவிடுவீங்க" என்று பதில் சொல்ல வேண்டும்.

மூன்றாவதாக, "எந்த மருத்துவரிடம் போறீங்க?" என்று கேட்க வேண்டும். அதற்கு அவர், யாராவது

ஒரு மருத்துவரின் பெயரைச் சொல்வார். "அவரை இப்பதான் பார்த்துட்டு வந்தேன். நல்லா பார்த்துப்பார்" என்று சொல்லி விடை பெற்று வர வேண்டும் என்றெல்லாம் எண்ணிக் கொண்டு, பக்கத்து வீட்டுக்குச் சென்றார்.

"எப்படி இருக்கீங்க?" முதல் கேள்வியைக் கேட்டார்.

"வலி, உயிர் போகுது".

"எல்லாம் இறை நாட்டம்" என்று காது கேளாதவர் சொல்ல நோயாளிக்குக் கோபம் வந்தது.

"என்ன சாப்டீங்க?"

"விஷம்" எரிச்சல் காரணமாகப் பதில் சொன்னார் நோயாளி.

"நல்லது, அதையே சாப்பிடுங்க" என்று இவர் சொல்ல, நோயாளி மேலும் எரிச்சல் அடைந்தார்.

"எந்த மருத்துவர்கிட்ட போறீங்க?"

"மரண தேவன்கிட்ட".

"இப்ப தான் அவரைப் பார்த்துவிட்டு வந்தேன். உங்களை அவர் நல்லா பார்த்துப்பார்" என்று சொல்லி, அங்கிருந்து நிம்மதியாகக் கிளம்பி விட்டார்.

இவ்வளவு நாளாக இந்த மனிதன் மனதில் இவ்வளவு வன்மம் இருந்ததா? இனி இவன் தான் என் முதல் எதிரி என்று அந்த நோயாளி மனதிற்குள் வன்மம் கொண்டார்.

அந்தக் காது கேளாதவர் போலவே நம்மில் பலர், மற்றவர்களின் நன்மைக்காக செய்வதாக நினைத்துச்

சில காரியங்கள் செய்கிறோம். அது நிஜமாகவே அவர்களுக்கு உபயோகமானதா, உபாத்திரவமானதா என்று ஆய்வு செய்வதில்லை. நம் கடமையை முடிக்க கடனே என்று எதையும் செய்யாமல் இருந்தால் அதுவே நல்லதாக முடியும்.

23. வீணைக் கலைஞரின் வேதனை

*சா*ங்கி என்ற வீணை இசை கலைஞர், மதீனா நகரத்தில் வாழ்ந்து வந்தார். அவரது குரலும் இனிமையாக இருக்கும். வயது வித்தியாசம் இல்லாமல் அந்தக் குரல் அனைவரையும் மயங்க வைத்தது. இன்னும் சொல்லப் போனால் அவர் பாடும் போது பறவைகளும் கூடி நின்று ரசித்தன.

அவர் எங்கு சென்றாலும், மக்கள் அவருக்கு அன்புடன் பரிசுகளைத் தந்து மகிழ்ந்தார்கள். நாட்கள் சென்றன. சாங்கி முதுமை அடையத் தொடங்கினார். அவரது குரலிலும் இனிமை குறையத் தொடங்கியது. இதனால், மக்கள் மனதில் இருந்து அவர் மங்கிப் போனார். இப்போது அவரைச் சிந்துவார் யாரும் இல்லை. வறுமை அவரை வாட்டியது. தன் நிலையை நினைத்து அவர் மிகவும் வேதனைப்பட்டார்.

புறக்கணிப்பையும், வறுமையையும் தாங்க இயலாமல் சாங்கி ஒரு நாள் மயானத்திற்குச் சென்றார். தன் குரல் இனிமையாக இருக்கும் வரை தன்னை

தலையில் வைத்துக் கொண்டாடிய மக்கள், இன்று ஒதுக்குவதை எண்ணி கடவுளிடம் அழுதார். மக்களை சந்தோஷப்படுத்த மட்டுமே பாடியதை எண்ணி வருந்தினார். மேலும், நிலையான இறைவனுக்காக தான் ஒரு நாளும் பாடவில்லை என்பது நினைவுக்கு வர, குற்ற உணர்ச்சி அவரை மேலும் வாட்டியது.

இறைவனிடம் அழுது பிரார்த்தித்து, மயானத்தில் இருந்த ஒரு கல்லின் மேல் சோர்வுடன் சாய்ந்தார். அதே நேரத்தில் மதினா நகரத்தை ஆட்சி செய்த உமர் கனவில், இறைவனின் அசரீரி கேட்டது. "என்னுடைய அடியான் ஒருவன் மனம் உருகி அழுது கொண்டு இருக்கிறான். உன் அரசாங்கக் கருவூலத்தில் இருந்து எழுநூறு திர்ஹாமை எடுத்துச் சென்று அவனிடத்தில் கொடு. அவன் உணவிற்கும் மற்ற தேவைகளுக்கும் நானே பொறுப்பாளன். எனவே இனி அவனுடைய தேவைகளுக்கு உன்னிடம் வரச் சொல்" என்று அசரீரி கூறி முடிக்க, கனவும் கலைந்தது.

உமர் மதீனா நகரத்தின் மயானத்திற்குச் சென்றார். இறை அடியானை தேடினார். ஒரு கல்லின் மேல் அசதியாக ஈரமான கண்களுடன் சாய்ந்து உறங்கிக் கொண்டிருந்தார். அவரை எழுப்ப மனமில்லாமல், உமர் அங்கு சிறிது நேரம் நின்று கொண்டிருந்தார். உமர் தும்மிய போது, சத்தம் கேட்டு சாங்கி கண்களைத் திறந்து பார்த்தார். அவரது உடம்பு உமரைப் பார்த்தவுடன் நடுங்க ஆரம்பித்தது. பக்கத்தில் இருக்கும் வீணையைப் பார்த்து, உமர் என்ன செய்வாரோ என்ற பதற்றம் அவர் கண்ணில் தெரிந்தது.

உமர் அவர் கைகளைப் பிடித்து, "பயப்பட வேண்டாம்" என்று தைரியப்படுத்தி கனவில் நடந்ததைக் கூறினார். மனம் நெகிழ்ந்த சாங்கி

இறைவன் அருளை நினைத்து நெக்குருகினார். இவ்வளவு காலம் தன்னை இறைவன் பற்றிய நினைப்பே இல்லாமல் வாழவைத்த வீணையை எடுத்து உடைக்கிறார். பின்னாளில் அவர் பெரும் சூஃபியாக மாறினார்.

இந்தக் கதையில் வருகிற சாங்கியைப் போல் நாமும் மற்றவர்களை திருப்திப் படுத்துவதில் காலங்களைக் கடத்தி விடுகிறோம். தன்னை உணராமல் வெளியே இருக்கும் நிரந்தரமற்ற விஷயங்களில் வாழ்க்கையைத் தொலைத்து அல்லல் படுகிறோம். இதுவே சாங்கியின் அனுபவம் நமக்குக் கூறும் பாடம்.

24. கூரைக்கு மேல் ஓட்டகம்

இரவின் இருட்டை இறுக்க அணைத்துக் கொண்டு, அவன் நிம்மதியாகத் தூங்கிக் கொண்டிருந்தான். திடீரென்று கூரையின் மேலே இருந்து பெரும் சத்தம் தொடர்ந்து கேட்டது. தூக்கம் கலைந்து படபடப்பாக எழுந்தவன், "யார் அது? பேயா, பிசாசா?" என்று கோபமாக கத்திக் கொண்டு அறையின் ஜன்னலைத் திறந்து பார்த்தான்.

கூரையின் மேலே இருந்து, ஆஜானுபாகுவான அதிசயமான ஒருவன் குனிந்து இவனைப் பார்த்தான்.

"கூரை மேல் இந்த நேரத்திற்கு என்ன செய்து கொண்டிருக்கிறாய்?".

"நான் தேடிக் கொண்டிருக்கிறேன்."

"எதை?"

"ஓட்டகத்தை."

"ஓட்டகத்தை என் கூரையின் மேல் தேடுகிறாயா? என்னைப் பார்த்தால் உனக்கு எப்படி இருக்கு?"

"நீ மட்டும் கடவுளை அவருடைய சிம்மாசனத்தில் தேடுற. அது போல தான் இதுவும்" என்று சொல்லி மறைந்து விடுகிறார் அந்த மனிதர்.

அதற்குப் பின் அந்த அதிசய மனிதனை அவன் எங்கும் பார்க்கவில்லை.

நாமும் இப்படித் தான் இறைவனை கற்பிதங்களிலும், சடங்குகளிலும் தேடிக் கொண்டிருக்கிறோம்.

25. குழந்தையைக் காப்பாற்றிய குழந்தை

சூஃபியிடம் ஒரு தாய் பதற்றத்துடன் ஓடி வந்தாள். அவளது குழந்தை மலை மீது இருக்கும் அருவிக்கு அருகில் சென்று விட்டதாகவும் எத்தனை முறை அழைத்தும் அந்த குழந்தையின் கவனம் தன் மீது திரும்பவில்லை என்றும் அன்பான வார்த்தைகள் கூறியும் அவனுக்குப் பிடித்த தின்பண்டங்களையும், பொம்மைகளையும் காண்பித்தும் பயனில்லை என்றும் கூறிக் கதறினாள்.

தொடர்ந்து அவள், "ஐயா, என் குழந்தையைக் காப்பாற்ற ஒரு வழி சொல்லுங்கள். இல்லையென்றால், அவன் கீழே விழுந்து இறந்து விடுவான். யோசிக்கவே மனம் பதைக்கிறது" என்றாள்.

அதைக் கேட்ட சூஃபி, "இன்னொரு குழந்தையைக் கொண்டு போய் மேலே விடுங்கள். அருவிக்கு அருகில் மறைந்து இருக்கும் உன் குழந்தை தானாகவே வெளியே வருவான்" என்று வழி சொல்லி அனுப்பினார்.

தாயும், சூஃபி சொன்னது போல இன்னொரு குழந்தையை அழைத்துக் கொண்டு மேலே சென்றாள். அவள் குழந்தை இந்தக் குழந்தையுடன் விளையாட வெளியே வந்தது.

மகிழ்ச்சியுடன் அவள் குழந்தையை அணைத்துக் கொண்டு கீழே இறங்கினாள்.

26. காதலுக்கு அவமரியாதை

இளைஞன் ஒருவனுக்கு அந்த ஊரில் இருந்த ஒரு பெண்ணின் மீது அளவு கடந்த காதல் இருந்தது. தன் காதலைச் சொல்லத் தெரியாமல் அவன் தவித்துக் கொண்டிருந்தான். சரியான தருணத்திற்காகக் காத்திருந்தான். காலம் கடந்து கொண்டிருந்தது.

ஏழு வருடம் கழித்து, ஏதோவொரு சந்தர்ப்பத்தில் யாரும் இல்லாத பூங்காவிற்கு அவன் சென்றான். அப்போது அங்கு எதேச்சையாக அவளும் இருந்தாள். கடவுளுக்கு நன்றி சொல்லிக் கொண்டான். இதுதான் சரியான சந்தர்ப்பம் என்று முடிவு செய்தான். பல ஆண்டுகளாக யாரிடம் தன் காதலைக் கூற வேண்டும் என்று காத்து இருந்தானோ இன்று அவள் அருகில். பாய்ந்து சென்று அவளை அணைத்தான்.

"யார் நீ? இவ்வளவு கேவலமான செயல் செய்ய உனக்கு எப்படி தைரியம் வந்தது?" என்று அவள் சீறினாள்.

"தாகித்தவன் அருகில் தண்ணீர் குளம் இருக்க, யாரைக் கேட்க வேண்டும்? யாரும் இல்லாத இந்த

இடத்தில் என் காதலை வெளிப்படுத்த எனக்கு என்ன தயக்கம்?" என்று அவன் புலம்பினான்.

"யாரும் இல்லாத இடமா? இங்கு வீசும் தென்றலையும் இறைநிலை இயக்கிக் கொண்டு இருக்கிறது. உன் மடமையை எண்ணி வருந்துகிறேன்".

"நான் செய்த செயலை வைத்து என்னை மதிப்பீடு செய்யாதே. நான் கடவுள் மீது பெரும் நம்பிக்கை கொண்டவன்" என்று தன்னைப் பற்றி உயர்வாகச் சொல்ல முயன்றான்.

எரிச்சலடைந்த அவள், "கண்ணுக்குத் தெரிவது உன் பழக்கம் தான். கடவுள் பக்தி இல்லை" என்று சொல்லி அவனை விட்டு விலகிச் சென்றாள் அவள்.

இந்தக் கதையில் வரும் காதலனைப் போல பலரை நாம் சந்தித்துக் கொண்டு இருக்கின்றோம். உதட்டளவில் தேனை விட இனிப்பாகப் பேசுவார்கள், அனால் மனதில் வக்கிரம் நிறைந்து இருக்கும். அவர்களை தள்ளி வைப்பதே நமக்கு நலம்.

27. ராஜாளி செய்த பெரும் தவறு

அரசன் ஒருவன் ராஜாளிப் பறவைய வளர்த்து வந்தான். ஒருநாள் அது அரண்மனையில் இருந்து பறந்து சென்று வயதான பெண்ணின் குடிசைக்குள் நுழைந்து, அங்கிருந்த மாவு மூட்டையின் மீது போய் உட்கார்ந்தது.

இதைப் பார்த்த அந்தப் பெண், "இவ்வளவு காலமும் உன்னை யார் வளர்த்துக் கொண்டிருந்தார்கள்? அவர்கள் உன்னைச் சிறப்பாகப் பராமரிக்கவில்லை என்று நினைக்கிறேன். என்னிடம் வந்துவிட்டாய் அல்லவா. இனி நான் உன்னைச் சிறப்பாகப் பார்த்துக் கொள்வேன்" என்று சொன்னாள்.

அதன் நீண்ட இறக்கைகளையும், நகங்களையும் வெட்டிச் சரி செய்தாள். சாப்பிட வைக்கோல் கொடுத்தாள்.

இதற்கிடையில் அரசன் ராஜாளியைத் தேட ஆரம்பித்தான். தேடி அலைந்து ஒரு வழியாகக் குடிசைக்கு வந்துவிட்டான். மாவு படிந்த, இறக்கைகள்

வெட்டப்பட்ட, நகங்கள் இல்லாத ராஜாளியைப் பார்த்து அரசன் கண்ணீர் சிந்தினான்.

ராஜாளியைப் பார்த்து அழுதவாறே, "ஏய் ராஜாளியே! நீ என் அன்பிற்கு விசுவாசம் இல்லாமல் இருந்துவிட்டாய். சொர்க்கத்தில் இருந்து பறந்து நரகத்தில் விழுந்தாய். அரசனிடம் இருந்து வயதான பெண்ணிடம் வந்தாய்" என்று புலம்பினான்.

இதைக் கேட்ட ராஜாளி அரசனிடம், "நான் செய்தது பெரும் தவறு. என்னை மன்னித்துவிடுங்கள். இப்பொழுது எனக்குக் கூர்மையான நகங்கள் இல்லை, பறந்து செல்ல இறக்கைகளும் இல்லை. இருந்தாலும் உங்கள் கருணையாலும் அன்பாலும் நான் மீண்டு வருவேன்" என்று சொன்னது.

இந்தக் கதையில் வரும் வயதான பெண் நன்மை செய்வதாய் நினைத்து ராஜாளியின் நகங்களை வெட்டியது போல், அறியாமையில் இருப்பவர்களின் அன்பும், விசுவாசமும் கூட வேதனையையே தரும்.

28. அன்பின் சுவை இனிப்பு

இரவு சாப்பிட மேஜைக்கு வரும் எஜமானன், தான் சாப்பிடுவதற்கு முன்பு எப்பொழுதும் வேலையாள் ராமசாமியை அழைப்பார். அவன் சாப்பிட்ட பின்பு தான் அவர் சாப்பிடத் தொடங்குவார். அவன் சாப்பிடவில்லை என்றால் அவரும் சாப்பிட மாட்டார்.

ஒருநாள் தர்ப்பூசணிப் பழத்தை வெட்டியவுடன் ராமசாமியை அழைத்து உண்ணக் கொடுத்தார். அவன் தேனை சுவைப்பது போல் அதனைச் சுவைத்தான். இதைக் கண்ட எஜமானன் மீண்டும் மீண்டும் பழத் துண்டுகளை வெட்டிக் கொடுத்துக்கொண்டே இருந்தார். கிட்டதட்ட பதினாறு துண்டுகளை சாப்பிட்டு விட்டான். அவன் சாப்பிடுவதைப் பார்த்து ஆசைப்பட்ட எஜமானனும் கடைசித் துண்டை எடுத்துச் சாப்பிட ஆரம்பித்தார்.

வாயில் பழத்தை வைத்தவுடன் அவர் நாக்கு தீ போல் எரிந்தது. வாய் முழுக்க கசப்பு பரவ ஆரம்பித்தது. சிறிது நேரம் அமைதியாக இருந்தார்.

வேலையாளைப் பார்த்து, "ஏன்பா, இவ்வளவு கசப்பைச் சாப்பிட்டாய்? இந்தக் கொடுமையை ஏன் அனுபவித்தாய்? ஒரு வார்த்தை சொல்லி இருக்கலாமே?" என்று அவனிடம் கேட்டார்.

ராமசாமி எஜமானனைப் பார்த்து, "அய்யா, மன்னிக்கவும். வேண்டும் என்று நான் செய்யவில்லை. உங்கள் தயவால், என் உடம்பும் உயிரும் உள்ளது. உங்கள் கையால் கொடுக்கும் எதுவும் எனக்கு அமிர்தம்தான். உங்கள் அன்பும் கருணையும் விஷத்தைக் கூட முறித்துவிடும்" என்று நெகிழ்ந்தான்.

அன்பானவர்களை அருகில் வைத்துக் கொண்டால், வலியும் வேதனையும் தெரியாமல் போய்விடும். அப்படிப்பட்ட உண்மையான நேசர் கிடைத்துவிட்டால், வாழ்க்கை எப்பொழுதும் இனிப்பாகவே இருக்கும்.

29. கரடி சகவாசத்தைக் கைவிடு

*கா*ட்டில் ஒரு கரடியைப் பாம்பு தீண்ட வந்தது. உதவி வேண்டி அந்தக் கரடி ஓலமிட்டது. அந்த வழியாகச் சென்ற ஒரு போர்வீரன் அந்தக் கரடியைக் காப்பாற்றினான். கரடி நன்றியுடன் நாய் போல் அவனைப் பின் தொடர்ந்தது.

ஒரு நாள் போர்வீரனுக்கு உடல் நிலை சரி இல்லை. கரடி அவனைப் பக்கத்தில் உட்கார்ந்து கவனித்துக் கொண்டது. போர் வீரனின் நண்பன் அவனைப் பார்க்க வருகிறான்.

அவனுக்குக் கரடியைப் பிடிக்கவில்லை. "இங்கே என்னடா நடக்குது? எதுக்கு இந்தக் கரடியைக் கூடவே வச்சி இருக்கே?'' என்று கேட்டதும் போர் வீரன் நடந்ததைச் சொன்னான். இதைக் கேட்ட நண்பன், கரடியின் சகவாசம் நன்மை தராது என்று அறிவுரை சொன்னான்.

தன் நண்பன் கரடியைப் பற்றித் தப்பாகப் பேசியதை அவனால் தாங்கிக் கொள்ள முடியவில்லை. தனக்கு

இப்படி ஒரு விசுவாசமான கரடி இருப்பதால் தன் நண்பன் பொறாமைப்படுவதாக நினைத்தான்.

"கரடியை விட்டு விடு. நான் உன்னுடன் இருக்கிறேன்" என்று போர் வீரனுக்கு நண்பன் மேலும் அறிவுரை கூறினான். ஆனால், அவன் கேட்கவில்லை. அதனால் மனம் உடைந்த நண்பன் அங்கிருந்து கிளம்பி விட்டான்.

போர்வீரன் யார் சொல்வதையும் கேட்காமல், கரடியைத் தன் மனம் போல் நடத்தி வந்தான். கரடி தன்னிடம் மிகவும் அன்பாகவும், விசுவாசமாகவும் இருப்பதாக நம்ப ஆரம்பித்தான்.

அன்று போர் வீரன் தூங்கிய பின், கரடி அவனையே பார்த்துக் கொண்டிருந்தது. அவன் முகத்தில் வந்து உட்காரும் ஈயை விரட்டியது. ஆனால், மீண்டும் மீண்டும் ஈ விடாமல் அவன் மீது வந்து உட்கார்ந்து கொண்டே இருந்ததால் கரடி பொறுமை இழந்தது. பெரிய பாறாங்கல்லை எடுத்து வந்து ஈயின் மீது போட்டது. ஈ தப்பித்து ஓடிவிட்டது. ஆனால், பாறாங்கல் தாக்குதலில் நசுங்கி அவன் இறந்துபோனான்.

முட்டாளின் அன்பு என்றைக்கும் விபரீதத்தை விளைவிக்கும். இறுதியில் அது நம்மை அழித்துவிடும்.

30. ஒட்டகத்தை வழிநடத்திய எலி

எலி ஒன்று, ஒட்டகங்கள் ஓய்வெடுக்கும் இடத்துக்குச் சென்றது. அங்கிருக்கும் ஒட்டகங்களின் இரண்டு முன் கால்களிலும் கயிறு கட்டப்பட்டு இருக்கும். ஒரே இடத்தில் அதை நிறுத்தி வைப்பதற்காக மேய்ப்பாளர்கள் அப்படிச் செய்வார்கள். சில நேரங்களில் கயிறு கட்டப்படாமல் ஒட்டகத்தின் கால்களில் தொங்கும்.

அன்று அங்கிருந்த ஒட்டகத்தின் கயிறு கட்டப்படாமல் இருந்தது. எலி அந்தக் கயிறைப் பிடித்துக் கொண்டு ஒட்டகத்திடம், "வா, காலாற கொஞ்சம் நடக்கலாம். நான் உன்னைக் கூட்டிச் செல்கிறேன்" என்றது.

எலி கயிறைப் பிடித்து முன்னே நடக்க, ஒட்டகம் அமைதியாக எலியைப் பின் தொடர்ந்தது. எலிக்குப் பெருமிதம் பிடிபடவில்லை. தான் ஒட்டகத்தை இழுத்துச் செல்வதாக சந்தோஷப்பட்டுக் கொண்டது. மனதில் தன்னைப் பெரிய பலசாலி என்று நினைத்துக் கொண்டது. எலியின் சிறுபிள்ளைத் தனமான அந்த

எண்ணத்தை ஒட்டகம் புரிந்து கொண்டது. மனதுக்குள் சிரித்துக்கொண்டே, பொறுமையாக இருந்து இன்று எலிக்கு ஒரு பாடம் கற்பிக்க வேண்டும் என்று ஒட்டகம் முடிவு செய்தது.

வழியில் ஆறு ஒன்று குறுக்கிட்டது. ஒட்டகம், யானை போன்ற பெரிய மிருகங்களால் மட்டுமே அந்த ஆற்றைக் கடக்க முடியும். எலி இப்போது பதற்றத்துடன் தயங்கி நின்றது.

"ஏன் பயப்படுறே? தயங்காதே. ஒன்னும் ஆகாது. இவ்வளவு நேரம் எப்படி கம்பீரமாக நடந்தாயோ அப்படியே நட. நீயே என்னை வழிநடத்து. ஆற்றில் இறங்கு. நான் உன் பின்னால் வருகிறேன்" என்றது ஒட்டகம்.

"ஆற்றின் ஆழம் அதிகமா இருக்கே. இதில் இறங்கினால் நான் மூழ்கிப் போயிடுவேன்".

"அப்படி எல்லாம் ஒன்னும் ஆகாது. நான் வேணும்ன்னா இறங்கி ஆழத்தைப் பார்க்கிறேன்" என்று சொன்ன ஒட்டகம் ஆற்றில் இறங்கியது.

"என் முட்டி அளவு தான் தண்ணீர் உள்ளது. பயப்பட வேண்டிய அவசியம் இல்லை. வா இறங்கு" என்று ஒட்டகம் எலியை அழைத்தது.

"உனக்கு எறும்பு போல் என்று தோன்றுவது, எனக்கு டிராகன் போல் தெரியுது" என்றது எலி தளர்ந்த குரலில். அதனிடம் இருந்த பெருமித உணர்வு நொறுங்கிப் போயிருந்தது.

ஒட்டகம் சிரித்துக்கொண்டே சொன்னது. "இப்போதாவது நீ யார் என்பது உனக்குத் தெரிகிறதா? உன் தலைகனமும், ஆணவமும் பிரச்சனைகளையே

கொண்டுவரும். உன்னைப் போன்ற எலிகளிடம் வைத்துக் கொள்ள வேண்டியதை என்னிடம் காட்டுகிறாயே? இதெல்லாம் உனக்கே அதிகப்படியாய் தெரியலையா?''

எலி வெட்கித் தலைகுனிந்தது. தன்னை மன்னித்து, அந்த ஆற்றைக் கடக்க உதவ வேண்டும் என்று கேட்டுக் கொண்டது. ஒட்டகமும் பெருந்தன்மையுடன் உதவியது.

மற்றவர்களைப் போல் தன்னைக் காட்டிக் கொள்வதாலும், போலியான பலத்தாலும் ஒருவன் இகழ்ச்சியடைவான் என்று ரூமி இந்தக் கதை வழியே உணர்த்துகிறார்.

31. வடிவத்தைத் தேடாதே

ஓர் அரசன் அழியாத மரத்தைப் பற்றிக் கேள்விப்பட்டான். அதன் கனியைச் சாப்பிட்டால் சிரஞ்சீவியாக வாழலாம் என்றெண்ணி, மரத்தைத் தேடி வருமாறு தனது தளபதியை அனுப்பி வைத்தான்.

பல நாடுகளுக்கும், காடுகளுக்கும் சென்ற தளபதி மரத்தைத் தீவிரமாகத் தேடினான். நாட்கள் கரைந்து வருடங்கள் ஆகின. ஆனால், அப்படி ஒரு மரம் மட்டும் தளபதிக்குக் கிடைக்கவேயில்லை. இறுதியில் அரண்மனைக்குத் திரும்பலாம் என்று முடிவு எடுத்தான். ஆனால், இத்தனை வருடங்கள் கழித்து வெறும் கையுடன் சென்று அரசனைச் சந்திப்பது அவனுக்குப் பெரிய நெருடலாகத் தோன்றியது. அரசனுக்கு என்ன கொண்டு செல்வதென்றும் அவனுக்குப் புரியவில்லை. குழப்பமாக இருந்தது.

கண்களில் நீர் வழிய காட்டுப் பாதையில் இலக்கு இல்லாமல் குதிரையைச் செலுத்தினான். அங்கு ஒரு சூஃபி அமர்ந்த நிலையில் ஜிகிர் என்று

90

அழைக்கப்படும் தியானத்தில் ஆழ்ந்து இருந்தார். அவரது பக்கத்தில் சென்று இவனும் அமர்ந்தான். தன் தேடலுக்கான வழியை அவரிடம் கேட்கலாம் என்று நினைத்தான். அவர் பிரார்த்தனைகள் தனக்கு உதவும் என்று நம்பினான்.

தியானத்தில் இருந்து கண்களைத் திறந்தவரின் கால்களில் விழுந்தான்.

"இத்தனை வருடங்கள் நான் தேடியது எல்லாம் அர்த்தமற்றதாகி விட்டது. வாழ்க்கையில் ஒரு பிடிப்பும் இல்லாமல் நாடு நோக்கிச் செல்கிறேன். உங்கள் ஆசீர்வாதம் எனக்கு வேண்டும்".

சூஃபி அவனிடம், "என்ன வேண்டும்?" என்று கேட்டார்.

அதிசய மரத்தைப் பல வருடங்களாகத் தேடியும் கிடைக்காததைச் சொல்லிப் புலம்பினான். அதன் பழத்தைத் தின்றால் சிரஞ்சீவியாக வாழலாம் என்று எண்ணி தன்னை அரசன் அனுப்பியதைப் பற்றிச் சொன்னான். நாட்டு மக்களின் கண்களில் தான் ஒரு கோமாளியாகத் தெரியப் போவதை நினைத்துக் கலங்கினான்.

இதையெல்லாம் பொறுமையாகக் கேட்ட சூஃபி அமைதியாகச் சிரித்தார். "அப்பாவியாக இருக்கிறாய். அழியாத மரம் என்பது வேறொன்றும் இல்லை, அதுதான் எங்கும் படர்ந்து விரிந்து கிடக்கும் இறை சக்தி. கடலைப் போல், அது எங்கும் எதிலும் பரவி இருக்கிறது. மரம் என்று நினைத்ததால் ஓர் இலை கூட உனக்குக் கிடைக்காமல் போனது. அதற்கு மரம், சூரியன், வானம், மேகம் என்று பல பெயர்கள். பல ஆயிரம் வடிவங்கள். ஆனால், அது ஒன்று தான். நம்

எதிர்ப்பார்ப்பை ஒரு வடிவத்தில் சுருக்கும் போது அது தன் இயல்பில் இருந்து மாறிவிடுகிறது. நீ மரமாக நினைத்துத் தேடியதால் அது கிடைக்காமல் வருந்துகின்றாய். பெயர்களையும், வடிவத்தையும் மறந்து விடு. அதன் இயல்பு உனக்குப் பல அதிசயங்களை தரிசிக்க வைக்கும்" என்று முடித்தார்.

இன்று நம்மைச் சுற்றி இருக்கும் பலரும் வடிவங்களைத் தேடி அலைகின்றார்கள். வடிவத்தைப் பிடித்துக் கொண்டு ஆற்றலையும் சக்தியையும் மறந்து விடுகின்றார்கள்.

32. அறிஞரின் தலைப்பாகை

அறிஞர் ஒருவர் தனது தலைப்பாகையைப் பெரிதாக வடிவமைத்து இருந்தார். சபையில் தான் முன் வரிசையில் அமரும்போது, தனது தலைப்பாகை அனைவரின் கவனத்தையும் ஈர்க்க வேண்டும் என்று எண்ணினார். அந்தத் தலைப்பாகை வெளியே இருந்து பார்ப்பதற்கு மிகப் பெரிதாக, அழகாகத் தோற்றம் தந்தது. அனால், அதற்குள் நிறைய பழைய துணிகளே திணிக்கப்பட்டு இருந்தது.

ஒரு நாள் அறிஞர்கள் கூடும் சபை ஒன்றில் அவர் கலந்து கொள்ளச் சென்றார். வழியில் திருடன் ஒருவன் மரத்துக்குப் பின்னே மறைந்து நின்றிருந்தான். அவர் அவனைக் கடந்து செல்லும்போது, பாய்ந்து வந்து அவர் தலைப்பாகையைப் பிடுங்கிக் கொண்டு ஓட அரம்பித்தான்.

அறிஞர் அவன் பின்னால் ஓடியவாறே, ''டேய் திருடா... புதையல் கிடைத்த மாதிரி ஓடாதே. முதலில் அந்தத் தலைப்பாகைக்குள் என்ன இருக்கு என்று

பார். அது பிடித்து இருந்தால் நீயே எடுத்துக் கொள்"
என்றார் மூச்சு வாங்கியபடி.

ஆனால், திருடன் அதைக் கண்டுகொள்ளாமல்
ஓடினான். அறிஞரும் மூச்சு வாங்க அவனைத்
துரத்திக்கொண்டே பின் சென்றார். சிறிதுநேரத்தில்
திருடனுக்கும் மூச்சு வாங்கத் தொடங்கியது.
பின்னால் அந்த அறிஞரும் தட்டுத் தடுமாறியபடி
அவனைத் துரத்தினார்.

அறிஞர் மறுபடியும் திருடனைப் பார்த்து, "டேய்...
முட்டாள் திருடா... முதலில் தலைப்பாகை உள்ளே
என்ன இருக்கு என்று பார்த்துவிட்டு, அப்புறம் ஓடு..."
என்று கத்தினார் சத்தமாக.

அதைக் கேட்ட திருடன் இப்போது நின்றான். அந்தத்
தலைப்பாகையை அவசரமாய்ப் பிரித்துப் பார்த்து
அதிர்ச்சியானான். "இது என்ன உள்ளே பழைய
துணிகள் இருக்கின்றன? போலியானவனே, ஏன் என்
வழியில் வந்தாய்?" என்று எரிச்சல் அடைந்தான்.

அதற்கு அந்த அறிஞர், "நான் உன்னிடம் முதலில்
திறந்து பார்த்துவிட்டு ஓடு என்று சொன்னேன். நீ
தான் நான் சொல்வதைக் கேட்காமல் தலை, கால்
தெரியாமல் ஓடினாய்" என்றார்.

இந்தக் கதையில் வரும் திருடனைப் போல, ஒன்றும்
இல்லாத விஷயத்திற்கு எல்லாம் நம்மில் பலர்
அலட்டிக் கொண்டு, கடைசியில் ஒன்றும் இல்லாமல்
போகும் போது வருந்துகின்றார்கள்.

33. ஓர் அறைக்கு மூன்று காசு அபராதம்

நோயாளி ஒருவன் மருத்துவரைப் பார்க்கச் சென்றான். அவனைப் பரிசோதித்த மருத்துவர், அவன் ஆயுள் காலம் முடியப் போவதைத் தெரிந்து கொண்டார்.

அவனிடம், "நீ என்ன நினைக்கிறாயோ, ஆசைப்படுகிறாயோ அதைச் செய். உணவு உட்பட எந்த விஷயங்களிலும் கட்டுப்பாடு வேண்டாம். அது உன்னை மேலும் பலவீனப்படுத்தும்" என்று சொல்லி அனுப்பினார்.

அங்கிருந்து திரும்பிய நோயாளி, ஆற்றோரம் நடந்துசென்றான். அங்கு சூம்பி ஒருவர், முகத்தைக் கழுவிக் கொண்டு இருப்பதைப் பார்த்தான். ஏனோ அவன் மனத்தில் அவரை ஓங்கி அறைய வேண்டும் போல் தோன்றியது. எந்த விஷயங்களிலும் கட்டுப்பாடு வேண்டாம் என்று மருத்துவர் சொன்னது அவனுக்கு ஞாபகம் வந்தது. உடனே சூம்பியை ஓங்கி அறைந்தான். அவன் நிலையைப் பார்த்த சூம்பி, இவன் மிகவும் பலவீனமாக தெரிகிறான். இவனைப்

பதிலுக்கு அறைந்தால் இறந்துவிடுவான். ஆனால். தனக்கும் நியாயம் கிடைக்க வேண்டும் என்று அவனை அழைத்துக் கொண்டு நீதி மன்றத்துக்குச் சென்றார்.

நீதியரசர் நடந்ததை விசாரித்தார். நோயாளியைப் பார்த்தால் மரணம் தழுவக் காத்துக் கொண்டிருப்பது போல் தெரிந்தது. "அவன் இப்பொழுதே கிட்டதட்ட இறந்து போனவனைப் போல்தான் காட்சி அளிக்கிறான். நீதி, வாழும் மனிதர்களுக்கு மட்டும்தான். எனவே அவனை தண்டிக்க முடியாது" என்று கூறிவிட்டார்.

இது எப்படி நியாயம் ஆகும் என்று சூஃபி கேட்டார். "அவனை மன்னித்து, உங்கள் குற்றச்சாட்டைத் திரும்பப் பெற்றுக் கொள்ளுங்கள்" என்று கூறிய நீதியரசர், நோயாளியின் கையிருப்பில் உள்ள ஆறு காசில் மூன்றை சூஃபிக்கு நஷ்ட ஈடாகக் கொடுக்குமாறு தீர்ப்பு கூறினார்.

இப்பொழுது நோயாளிக்கு நீதியரசரை அறைய வேண்டும் போல் இருந்தது. முன்பு சூஃபியை அறைந்தது போலவே இந்த முறை அவன் நீதியரசரை ஓங்கி அறைந்தான். நீதியரசர் துடித்துப் போனார்.

நீதியரசரை அறைந்த பின் அந்த நோயாளி, "ஓர் அறைக்கு மூன்று காசு என்று நீங்க தானே தீர்ப்பு சொன்னீங்க? என்கிட்டே இருக்கும் ஆறு காசை இரண்டு பேரும் பிரித்துக் கொள்ளுங்கள்" என்று சொல்லி விட்டுச் சென்றான்.

நம் அறிவுரைகள் மற்றவர்களுக்கு உபதேசம் செய்ய மட்டும் இல்லை. நாமும் அதைப் பின் பற்ற வேண்டும். இல்லையென்றால், சிறுமையைச் சந்திக்க நேரிடும்.

34. கழுதை போய் விட்டது

சூஃபி ஒருவர் நாள் முழுக்கப் பயணித்து, இரவில் ஓய்வு எடுக்க விடுதி ஒன்றுக்குச் சென்றார். தன் கழுதையை அந்த விடுதி வேலையாளிடம் பார்த்துக் கொள்ளுமாறு கேட்டுக் கொண்டார். அதே விடுதியில் அன்று இரவு தங்க பலர் வந்திருந்தார்கள்.

அங்கு நின்று கொண்டிருந்த சூஃபியின் கழுதை வந்திருந்தவர்கள் கண்களில் பட்டது. அவர்கள் அந்தக் கழுதையைத் திருடி விற்றுவிட்டார்கள். அந்தப் பணத்தில் விருந்து வைத்து ஆட்டம், பாட்டம், கொண்டாட்டம் என்று ஆடிப் பாடி மகிழ்ந்தார்கள்.

அந்த விருந்தில் சூஃபியும் கலந்துகொண்டார். அவர்களோடு சேர்ந்து அவரும் ஆடிப் பாடிக் கொண்டாடினார்.

"கழுதை போய்விட்டது!" "கழுதை போய்விட்டது!" என்று எல்லோரும் கத்தினார்கள். சூஃபியும் அவர்களோடு சேர்ந்து "கழுதை போய்விட்டது!" என்று மிகச் சத்தமாக கூவினார். கொண்டாட்டம் சிறப்பாக முடிந்தது.

மறுநாள்தன் கழுதையைக் காணாததால் திடுக்கிட்டார் சூஃபி. வேலையாளிடம் "எங்கே என் கழுதை?" என்று கேட்டார்.

"நேற்றைய இரவுக் கொண்டாட்டமே அந்தக் கழுதையை விற்ற பணத்தில்தான் நடந்தது" என்றான் அவன்.

"அதை ஏன் அப்போதே நீ என்னிடம் சொல்லவில்லை?" என்று அவர் கேட்க, "நான் சொல்ல வந்தேன். ஆனால், அங்கு இருந்தவர்களை விட நீங்கள் தான் சத்தமாக "கழுதை போய்விட்டது!" என்று கத்தினீர்கள். அதனால் உங்களுக்கு விஷயம் தெரியும் என்று நினைத்து அமைதியானேன்" என்று வேலையாள் பதில் சொன்னான்.

ஒரு கூட்டத்தில் மகிழ்ச்சியாகவோ, துக்கமாகவோ இருக்கும்போது, அதன் முன், பின் விளைவுகள் குறித்து அறியாமல் சம்மந்தமில்லாத நாமும் அதில் கலந்து கொள்கிறோம். அதன் பின்னர் வரும் கஷ்ட, நஷ்டங்கள் குறித்து எதுவும் யோசிப்பதில்லை. சுய நினைவுக்கு வரும் போது தான் அதன் தாக்கம் புரிய வரும். நம் ஊரில் இதைக் கடைத்தேங்காயை எடுத்து வழிப்பிள்ளையாருக்கு உடைத்தது மாதிரி என்பார்கள். அவருடைய அனுமதி இன்றி, கழுதையை விற்றுக் கொண்டாடியதில் அவரையும் சேர்த்துக் கொண்டதால், அவர்களுக்கு எந்தக் குற்ற உணர்ச்சியும் இருக்காது. நாம் தான் நம்மைச் சுற்றி நடக்கும் விஷயங்களில் எப்பொழுதும் விழிப்புடன் இருக்க வேண்டும்.

35. கேரவன் கொள்ளையர்கள்

பல நாட்கள் பயணத்திற்குப் பிறகு அந்தக் கேரவன் ஓட்டுநர், இரவில் ஓர் இடத்தில் வாகனத்தை நிறுத்த முடிவு செய்தார். உள்ளே இருந்த பயணிகளுக்கும் ஓய்வு தேவைப்பட்டது. கேரவனில் ஏராளமான விலை உயர்ந்த பொருட்கள் இருந்தன. அவற்றைப் பாதுகாக்க ஒரு காவலரும் இருந்தார்.

பயணிகள் ஆழ்ந்து தூங்கிக் கொண்டிருக்கும்போது, வழிப்பறிக் கொள்ளையர்கள் வந்து அனைத்தையும் சூறையாடிச் சென்றார்கள். மறுநாள் விழித்த பயணிகளுக்குப் பலத்த அதிர்ச்சி. வர்த்தகம் செய்து பொருளீட்டித் தங்கள் ஊர்களுக்கு செல்லும் வழியில் நடந்த கொள்ளை என்பதால் அவர்கள் நிலைகுலைந்து போனார்கள்.

காவலனிடம் கேட்டனர், "நீ என்ன செய்து கொண்டிருந்தாய்?".

"அவர்கள் கையில் ஆயுதங்களும் துப்பாக்கியும் இருந்தது".

"நீ சத்தம் போட்டு இருந்தால் நாங்கள் விழித்துக் கொண்டிருப்போமே. மவுனமாய் இருந்துடிச் செய்து நஷ்டத்தை ஏற்படுத்தி விட்டாயே..."

"அவர்கள் துப்பாக்கி என்னைக் குறி வைக்கும்போது, என் குரலில் இருந்து சத்தம் வரவில்லை. நான் முயன்று தோற்றுப் போனேன். ஆனால், இப்பொழுது என்னால் சத்தமாகக் கத்த முடியும்" என்றான்.

காலம் கடந்து எடுக்கும் எந்த முடிவும் பயனற்றது. பலர் ஆறப்போட்டுப் பொறுமையாக முடிவு எடுக்கலாம் என்று நினைப்பார்கள். சரியான முடிவாக இருந்தாலும் அது சரியான நேரத்தில் எடுக்கப்படவில்லை என்றால் வீண்.

36. அடிமையின் அன்னை

சுல்தான் மஹ்மூத் போரில் வென்றபோது, இந்திய நாட்டைச் சேர்ந்த ஒர் அடிமையைப் பரிசாகப் பெற்றார். அவனுக்குச் சிம்மாசனம் வழங்கி கலீஃபா என்ற உயர்ந்த அந்தஸ்து கொடுத்து அழகு பார்த்தார். மற்றவர்களை விட இவன் மீது சுல்தானுக்கு அளவற்ற பாசம் இருந்தது. அவனை தன்னுடைய மகனாக நினைத்து மகிழ்ந்தார். தன்னுடைய சிம்மாசனத்திற்குப் பக்கத்திலேயே அவனது சிம்மாசனத்தை வைத்தார்.

ஒருநாள் அந்த அடிமையின் கண்களில் இருந்து நீர் வடிந்தது. அதைப் பார்த்த மஹ்மூத் மிகவும் வேதனை அடைந்தார்.

"அதிர்ஷ்டசாலிக் குழந்தையே, ஏன் கண் கலங்குகிறாய்? அரசனுக்குப் பக்கத்தில் இருக்கிறாய். மந்திரிகளும் மற்றவர்களும் உன் முன் நட்சத்திரமாக, நிலவாக நிற்கிறார்கள். நீ கலங்கக் காரணம் என்ன?" என்று கேட்டார்.

அதைக் கேட்ட அடிமை மஹ்மூத்திடம், "சுல்தானே, நான் குழந்தையாக இருந்தபோது, என் தாயார் என்னை மிரட்டுவதற்காக மஹ்மூத்திடம் பிடித்துக் கொடுத்துவிடுவேன் என்று சொல்லுவார். அதைக்கேட்ட என் தந்தை என் தாயைப் பார்த்து, "உன் மனம் கல்லா? இப்படி ஒரு சாபத்தை விளையாட்டுக்குக் கூட சொல்லாதே" என்று திட்டுவார்.

அவர்கள் அப்படிப் பேசியதால், உங்கள் மீது பயம் அதிகமானது. உங்களை நினைத்துப் பயப்படாத நாளில்லை. உங்கள் அன்பையும், கருணையையும் பற்றி எனக்கு அப்பொழுது தெரியாது. நீங்கள் பிரபஞ்சத்தில் இருக்கும் மிகச் சிறந்த சுல்தான். எனக்காக என் தாய் எங்கு இருக்கிறார் என்று கண்டுபிடிக்கச் சொல்லுங்கள். அவள் என்னை வந்து பார்க்க வழி செய்யுங்கள்" என்று கெஞ்சினான்.

அரசன் தன்னை மகனாகத் தத்தெடுத்தாலும், மந்திரிகள் அவனுக்கு கீழ் நின்றாலும், தன் நேசத்திற்கு உரிய தாயை அவன் தேடுகிறான். நேசமானவர்கள் அருகில் இல்லை என்றால் சொர்க்கம் கூட நரகமாகும்.

37. தையல்காரரின் வேடிக்கைக் கதைகள்

அவர் ஒரு கில்லாடி தையல்காரர். மக்கள் அவரிடம் தைக்கக் கொடுக்கும் துணிகளில் இருந்து தனக்குத் தேவையானதைத் திருடிக் கொண்டிருந்தார். மக்களுக்கும் இந்த விஷயம் தெரியும். ஆனாலும் ஆதாரம் இல்லாததால் அவரை மக்களால் ஒன்றும் செய்ய இயலவில்லை.

இதை அறிந்த ஒரு துருக்கிய மனிதன் மக்களிடம் ஒரு பந்தயம் வைத்தான். தான் தையல்காரரிடம் கொடுக்கும் துணியில் இருந்து ஒரு துண்டுத் துணியைக் கூட அவரால் திருட முடியாது. இந்தப் பந்தயத்தில் தான் தோல்வி அடைந்து விட்டால், தன் குதிரையை தையல்காரரிடம் கொடுத்து விடுவதாகவும், வெற்றி பெற்றால் தையல்காரர் தனக்கு ஒரு குதிரையைக் கொடுக்க வேண்டும் என்று சவால் விட்டான். தையல்காரரின் காதுக்கு விஷயம் போனது. பந்தயத்துக்கு அவரும் சம்மதித்தார்.

மறுநாள் விடிந்தவுடன் துணிகளை எடுத்துக் கொண்டு தையல்காரரிடம் சென்றான் துருக்கியன். அவரைப்

பார்த்தவுடன் தையல்காரர் மிகவும் சந்தோஷமாக வரவேற்றார். தையல்காரரின் பேச்சும் பழகும் விதமும் கவரும் தன்மையுடன் இருந்தன.

துருக்கியன் தன் துணியைக் கொடுத்து, போர்வீரன் உடை தைக்க வேண்டும் என்று கேட்டுக் கொண்டான். அளவு எடுத்துக் கொண்ட தையல்காரர் பேச ஆரம்பித்தார். போர்த் தளபதிகளைப் பற்றி சுவாரசியமான கதைகளைச் சொன்னார். மனிதர்களைப்பற்றிய வேடிக்கையானகதைகளையும் சொல்லி துருக்கியனைச் சிரிக்க வைத்தார். அவன் கண்களை மூடிச் சிரிக்கும்போது, தையல்காரர் கொஞ்சம் துணியைத் திருடிக் கொண்டார். யாரும் அதைப் பார்க்கவில்லை.

தையல்காரர் சொல்லும் கதைகள் துருக்கியனின் மனதை மயக்கியது. மேலும் நிறைய கதைகள் சொல்லுமாறு கேட்டான். தொடர்ந்து நகைச்சுவையான கதைகளை நிறைய சொன்னார் தையல்காரர். கதைகளைக் கேட்டு ரசித்து அவன் கண்களை மூடிச் சிரிக்கும்போது, இன்னும் கொஞ்சம் துணியை வெட்டித் தையல்காரர் திருடிக்கொண்டார். இப்படி நான்கு முறை நடந்தது.

இறுதியாக துருக்கியன் மீது கருணை கொண்ட தையல்காரர், அவனது தோல்வியை நினைத்து வருந்தினார். துருக்கியனோ நடப்பது எதையும் அறியாமல் அந்த வேடிக்கைக் கதைகளிலேயே ஆழமாக மூழ்கிப் போனான். தையல்காரரிடம் பந்தயம் கட்டியிருப்பதைக் கூட அவன் மறந்துபோனான். மேலும் கதை சொல்லுமாறு தையல்காரனிடம் அவன் கெஞ்சினான்.

தையல்காரர் அவனை நோக்கி, ''ஏமாளியே, பந்தயத்தில் தோற்றது கூடத் தெரியாமல் வேடிக்கையான கதைகளைக் கேட்டுச் சிரிக்கிறாயே. இப்போது இன்னொரு வேடிக்கையான கதையைச் சொல்கிறேன் கேள். அதைக் கேட்டால் நீ சிரிக்க மாட்டாய். அந்த வேடிக்கைக் கதை இதுதான். நீ கொடுத்த துணியில் எதுவும் இப்போது பாக்கி இல்லை.'' தையல்காரர் புன்னகையுடன் சொல்ல, அதிர்ச்சியில் உறைந்தான் துருக்கியன்.

அந்தத் துருக்கியனைப் போல நம்மில் பலரும் செய்ய வேண்டிய விஷயத்தில் இருந்து கவனத்தைச் சிதற விட்டுக் கொண்டிருக்கிறோம். ஏமாற்றப்படுகின்றோம் என்ற புரிதல் இல்லாமல், வாழ்க்கையில் ஏமாந்து கொண்டு இருக்கின்றோம்.

38. கடவுளின் சாட்டை

ஒருவன் வழியில் இருந்த பேரீச்சைத் தோட்டத்திற்குள் நுழைந்தான். தோட்டக்காரன் அங்கு இல்லாததால், தைரியமாக மரம் ஏறி பேரீச்சம் பழங்களை உலுக்கினான். ஒரு கூடையில் அந்தப் பழங்களை அள்ளிப் போட்டுக் கொண்டு வந்து, நிம்மதியாக ஒரு மரத்தின் நிழலில் உட்கார்ந்து சாப்பிடத் தொடங்கினான்.

அப்போது அங்கு வந்த தோட்டக்காரன் அவனைப் பார்த்து, "எப்படி என் தோட்டத்திற்குள் நுழைந்தாய்? நீ யார்? இப்படித் திருடிச் சாப்பிடுவது உனக்கு அசிங்கமாக இல்லையா?" என்று கோபமாகக் கத்தினான்.

அதற்கு அவன், "நான் இறைவனின் அடிமை. இந்தத் தோட்டமும் இறைவன் அருளால்தான் செழித்து வளர்ந்து உள்ளது. இந்தப் பழங்களைப் புசிக்க நான் ஏன் அசிங்கப்பட வேண்டும்?" என்று எந்தக் குற்ற உணர்வும் இல்லாமல் அலட்சியமாகப் பதில் சொன்னான்.

தோட்டக்காரன் தன் வேலையாட்களை அழைத்து, பழங்களைத் திருடிச் சாப்பிட்டவனை மரத்தில் கட்டச் சொன்னான். சாட்டையை எடுத்து அவனை அடிக்க ஆரம்பித்தான்.

"ஐயோ என்னை விட்டு விடுங்கள். கடவுளுக்குப் பயந்து இருங்கள். ஓர் அப்பாவியை அடிக்கும் பாவ காரியத்தை நீங்கள் செய்கிறீர்கள்" என்று அலறினான்.

அதற்குத் தோட்டக்காரன், "இந்தச் சாட்டை தடி இறைவனுடையது. நானும் இறைவனுடைய அடியவன். இறைவன் கட்டளைக்கு அடிபணிந்தே உன்னை நான் அடிக்கிறேன். இது எப்படிப் பாவமாகும்?" என்று கேட்டான். தோட்டக்காரன் கூறியதைக் கேட்ட பேரீச்சம் பழத்திருடன் மனம் வருந்தி தோட்டக்காரனிடம் மன்னிப்புக் கேட்டான்.

தன் வினை தன்னைச் சுடும் என்பதை இந்தக் கதை மூலம் ரூமி சுருக்கமாகச் சொல்கிறார்.

39. புத்தகக் கடையில் புதையல் காகிதம்

வறுமையில் உழன்ற ஒருவன், அனுதினமும் இறைவனிடம் தன் வாழ்வாதாரத்துக்காக வேண்டிக் கொண்டான்.

ஒருநாள் அவன் கனவில் ஓர் அசரீரி கேட்கிறது. "புத்தகக் கடையில் ஒரு காகிதம் உள்ளது. அந்தக் காகிதத்தை எடுத்துக் கொண்டு யாரும் இல்லாத இடத்திற்குச் செல். யாருக்கும் கேட்டு விடாமல் அதைப் படி, அல்லது என்ன இருக்கிறது என்று கவனி. ஒருவேளை யாராவது பார்த்துவிட்டால் பதறாதே. கேட்டுவிட்டால் பயப்படாதே. உனக்குக் கிடைக்க வேண்டியதை யாராலும் பறித்துக் கொள்ள முடியாது. தாமதமானால் துவளாதே. நம்பிக்கையோடு இரு".

தூக்கத்தில் இருந்து விழித்த அவனுக்கு, கனவு ஞாபகம் வந்தது. மிகவும் சந்தோஷமடைந்தான். புத்தகக் கடைக்குச் சென்று தேடினான். அசரீரி சொன்ன அந்த ரகசியக் காகிதம் கிடைத்தது. அதை எடுத்துக்கொண்டு யாரும் இல்லாத இடத்திற்குச் சென்றான். புதையல் இருக்கும் இடத்தைப் பற்றி அதில் குறிப்பு இருந்தது.

அவன் அம்பு எய்தி, அது பாயும் இடத்தைத் தோண்ட வேண்டும் என்று எழுதி இருந்தது.

அவன் இரவு, பகல் என்று பாராமல் அம்பு விடவும் அந்த இடத்தைத் தோண்டிப் பார்க்கவுமாக இருந்தான். ஊர் மக்கள் இவனைப் பற்றிக் கிசுகிசுத்தார்கள். அரசனுக்கும் அதுபற்றித் தெரிந்து விட, அந்தக் காகிதம் அரசனிடம் ஒப்படைக்கப்பட்டது. பலமுறை அம்பு எய்தும் அரசனுக்கும் எந்தப் புதையலும் கிடைக்கவில்லை. வெறுத்துப் போன அரசன் அந்தக் காகிதத்தை மீண்டும் அவனிடமே கொடுத்து விட்டான்.

அன்று இரவு இறைவனிடம், "இறைவா, நான் பேராசை பிடித்தவன் போல் நடந்து கொண்டேன். என்னை மன்னித்துவிடு. இன்னொரு முறை இப்படி ஒரு வாய்ப்பு பெறத் தகுதி இல்லாதவனாக மாறிவிட்டேன்" என்று அழுதான்.

அன்று இரவு கனவில், "காகிதத்தில் தூரமாக அம்பு எய்த வேண்டும் என்று இருந்ததா? பலமான வில்லும் அம்பும் தேவை என்று இருந்ததா? உன் வில் வித்தையைக் காட்ட வேண்டும் என்று இருந்ததா? நீ சாதாரணமாக அம்பு எய்து. அது விழும் இடத்தில் உனக்குப் புதையல் கிடைக்கும்" என்று அசரீரி கேட்டது. இந்தமுறை அதேபோல் அவன் அம்பு எய்தான். அங்கே அவனுக்குப் புதையல் கிடைத்தது.

நாம் ஒரு செயலை எத்தனை முறை செய்கிறோம் என்பதோ, எவ்வளவு சிரமம் எடுத்துச் செய்கிறோம் என்பதோ முக்கியமில்லை. சரியாகச் செய்யும் செயல் தான் பலனைத் தரும். சரியான வழியைக் கண்டுபிடித்து விட்டோம் என்றால், கடினம் என்பது கரைந்துவிடும்.

40. புத்தியுள்ளவனுக்கே புல் கிடைக்கும்

ஆடு, கிடாய், ஒட்டகம் ஆகிய மூன்று விலங்குகளும் நண்பர்கள். ஒருநாள் மூன்றும் ஒன்று சேர்ந்து பயணம் மேற்கொண்டன. போகிற வழியில் சாப்பிட எதுவும் கிடைக்கவில்லை. பல மணிநேரத் தேடலுக்குப் பின் ஒரு சிறிய நிலப்பரப்பில் கொஞ்சம் புல் முளைத்திருந்தது.

அதைச் சாப்பிடப் போகும்போது, ஆடு நண்பர்களைப் பார்த்து, "நில்லுங்கள், இந்தப் புல் நம் அனைவருக்கும் போதுமானதாக இல்லை. எல்லோரும் அரை வயிறு மட்டுமே சாப்பிட்டுப் பசியில் வாடுவதை விட, நம்முள் ஒருவர் மட்டுமே இதை முழுதும் சாப்பிட்டு திருப்தி கொள்வோம். வயதில் மூத்தவருக்கு முதல் உரிமை" இதை மற்ற இரண்டும் ஒப்புக் கொண்டன.

ஆடு மீண்டும் சொன்னது, "அப்படிப் பார்த்தால், இறைத் தூதர் ஆப்ரஹாம், தன் மகன் இஸ்மாயிலை பலி கொடுக்க எண்ணி என்னைத்தான் இறைவனுக்குக் காணிக்கையாக்கினார். ஆகையால், நான் தான் மூத்தவன்" என்றது.

ஆடு சொன்னதை கிடாய் மறுத்தது. "ஆதி மனிதன் ஆதாம் என்னைத்தான் விவசாயம் செய்ய உபயோகித்தார். அப்படிப் பார்த்தால் நான் தான் மூத்தவன்" என்றது.

ஆதாம் காலத்திற்கு முன் யாரும் இல்லை என்பதால் ஒட்டகம் யோசித்தது. புல்லை மென்று கொண்டே தன் தலையை உயர்த்திப் பேச ஆரம்பித்தது. "நீங்கள் இருவரும் கீழே உட்கார்ந்து தலையைத் தொங்கப் போட்டுக்கொண்டு பழங்கதைகள் பேசிப் பெருமைப்பட்டுக் கொண்டிருந்தீர்கள். என் தலை உயர்ந்தது என்பதால், நான் எதிர்காலத்தைப் பார்க்கிறேன். வயதைப் பார்க்காதீர்கள், தலையைப் பாருங்கள். தலைக்கு உள்ளே இருக்கும் மூளையைப் பாருங்கள். இந்தப் புல்லை உண்பவருக்கு வயதை விட, அறிவுதான் முக்கியத் தகுதி..." என்றவாறே எல்லாப் புல்லையும் சாப்பிட்டு முடித்தது.

41. தோழனைத் தேர்ந்து சேர்

தவளையும் எலியும் நல்ல நண்பர்கள். தினமும் ஒன்றை ஒன்று சந்தித்துப் பல்வேறு கதைகள் பேசி மகிழ்ந்தன.

ஒரு நாள் எலி, தனது தவளை நண்பனிடம், "நான் நினைக்கும்போது உன்னைப் பார்க்க முடிவதில்லை. நீ குளத்தில் இருக்கிறாய். என்னால் தண்ணீருக்குள் வந்து உன்னைப் பார்க்க இயலாது. நான் கரையில் இருந்து எவ்வளவு சத்தமாகக் கத்தினாலும் பிரயோஜனம் இல்லாமல் போகிறது. இதற்கு ஒரு தீர்வு காண வேண்டும்" என்றது.

நீண்ட நேர ஆலோசனைக்குப் பின் இரண்டும் தங்கள் கால்களை ஒரு நீண்ட கயிற்றின் மூலம் கட்டிக் கொள்வது என்று முடிவு செய்தன. உடலும் ஆன்மாவும் போல் இருவரும் எப்போதும் இணைந்தே இருக்கலாம் என்று நினைத்தன.

அதன்படி இரண்டும் கயிற்றால் தங்கள் கால்களைக் கட்டிக் கொண்டன. ஆனால், அதன் பிறகுதான்

தலைவலி ஆரம்பமானது. தவளை நிம்மதியாகத் தண்ணீருக்குள் தூங்கிக் கொண்டு இருக்கும்போது, எலி கயிற்றை இழுத்துத் தவளையை அழைத்தது. இது தவளைக்குத் தாங்க முடியாத வலியைத் தந்தது. இந்தக் கயிற்றைக் கட்டிக் கொள்ள மறுத்திருந்தால் நிம்மதியாக உறங்கி இருப்போமே என்று தவளை வருந்தியது. கயிற்றை அவிழ்த்து விடலாம் என்று தவளை நினைக்கும். ஆனால், எலி வருந்துமே என்று அமைதியாய் இருந்துவிடும்.

சில நாட்களுக்குப் பின், எலி வேண்டுமென்றே இப்படிச் செய்கிறதோ என்று தவளைக்குச் சந்தேகம் வந்தது. ஒருநாள் காகம் ஒன்று தரையிலிருந்த எலியைப் பிடித்துக் கொள்ள, அதனோடு தவளையும் சிக்கிக் கொண்டது. எலியைத் தின்று முடித்த காகம் தவளையையும் தின்னத் தொடங்கியது. தவளை அப்போது நினைத்துக் கொண்டது, தான் குளத்துத் தவளை அல்ல, கிணற்றுத் தவளை!

முட்டாள்களின் அன்பு என்றைக்கும் ஆபத்தானது. மனதில் அது சரியில்லை என்று தோன்றினால் மறுபரிசீலனை செய்யாமல் உடனே அதில் இருந்து வெளியே வர வேண்டும்.

42. அரசனும் திருடர்களும்

அரசர் தன்னுடைய ராஜ உடையைக் களைந்து, குடியானவன் உடையணிந்து நகர் வலம் கிளம்பினார். பல வீதிகளில் சுற்றினார். ஒரு வீதியில் ஒரு வீட்டின் அறையில் இருந்து விநோதமாகச் சத்தம் கேட்டது. அங்கு கொள்ளைக் கூட்டம் ஒன்று திருடத் தயாராகிக் கொண்டிருந்தது. அந்த வீட்டின் கதவை அரசன் மெல்லத் தட்டினான். சில நிமிடங்கள் கழித்து ஒருவன் வெளியே வந்தான்.

"நீ யார்? உனக்கு என்ன வேண்டும்?".

"நானும் உங்களைப் போல்தான். சீக்கிரம் என்னை உள்ளே விடு. உங்களுக்கு உதவியாக இருப்பேன்" என்றான் அரசன்.

திருடன் அரசனை உள்ளே அனுமதித்தான். உள்ளே இருந்தவர்கள் அரசனை சந்தேகமாகப் பார்த்தார்கள். அதில் ஒருவன், "நீ எங்களுக்கு உபயோகமாக இருப்பாய் என்று எப்படி நம்புவது? இங்கு இருக்கும் அனைவரும் ஒரு விதத்தில் சிறப்பானவர்கள்" என்றான்.

திருடர்கள் தங்களுடைய தனித்திறமையைப் பற்றிக் கூறத் தொடங்கினார்கள். முதலில் ஒருவன், "என் காதுகள் தனித்துவமானவை. நாய் குரைப்பதை வைத்து அது என்ன சொல்கிறது என்று என்னால் சொல்ல முடியும்" என்றான்.

இரண்டாமவன், "என் கண்கள் இருட்டிலும் ஒருவனை மிகத் துல்லியமாக அடையாளம் கண்டு பிடித்துவிடும்" என்றான்.

மூன்றாமவன், "என் மூக்கு சக்திவாய்ந்தது. நான் மண்ணை நுகரும்போது, அதற்குக் கீழும் மேலும் என்ன உள்ளது என்று கண்டுபிடித்து விடுவேன். பொருட்களைத் தேட இது உதவும்" என்றான்.

கடைசியாக அரசன், "என் தாடி தான் என் சக்தி. அதை நான் தடவும்போது, குற்றவாளிகளை நிரபராதிகளாக மாற்றிக் காப்பற்றவும் முடியும்" என்றான்.

மற்ற திருடர்கள், "இது உண்மையிலேயே தனித்திறமை தான். நாங்கள் மாட்டிக் கொண்டுவிட்டால் எங்களுக்கு நீ உதவுவாய்" என்றார்கள்.

அனைவரும் திருடத் தயாரானார்கள். நாய் குரைக்கும் சத்தம் கேட்டது. முதல் திருடன், "அரசன் மஹ்மூத் நம்முடன் இருக்கிறான் என்று நாய் சொல்கிறது" என்றான்.

"இதில் ஆச்சரியப்படுவதற்கு ஒன்றும் இல்லை. அரசன் ஆட்சிக்குட்பட்ட இடத்தில் இருக்கிறோம். ஆகையால், நாய் அப்படிக் குரைத்து இருக்கும்" என்று இன்னொருவன் கூற, அவர்கள் வேலையை ஆரம்பித்தார்கள்.

மண்ணை முகர்ந்து பார்த்த திருடன், பொருட்கள் எங்கு இருக்கிறது என்று சொன்னான். அந்த இடத்தைத் தோண்டுவதற்குத் தயாரானார்கள். அரசன் தான் வெளியே சென்று யாராவது வருகிறார்களா என்று பார்த்து வருவதாகச் சொல்லி வெளியே வந்தான். சிறிது நேரம் கழித்து திருடர்கள் அனைவரும் பிடிபட்டார்கள்.

அரசவையில் குற்றவாளிகள் நிறுத்தப்பட்டார்கள். கண்களில் தனித்துவம் உள்ள திருடன், இருட்டில் நேற்று பார்த்தவன் தான் இன்று சிம்மாசனத்தில் உட்கார்ந்து இருக்கிறான் என்று மற்ற திருடர்களிடம் கூறினான். இப்பொழுது அவன் தாடியின் திறமையைக் காட்ட வேண்டிய நேரம். நம்மைக் காப்பாற்றுகிறானா இல்லை சிறையில் அடைக்கிறானா என்று பார்க்கலாம் என்றார்கள்.

அரசன் தன் தாடியைத் தடவியவாறே சரியான நீதியை வழங்கினான்.

43. எகிப்தியன் வீட்டுப் புதையல்

எகிப்து நகரத்தில் செல்வந்தன் ஒருவன் வாழ்ந்து வந்தான். அவன் உல்லாசமாக, ஊதாரித்தனமாகச் செலவழித்தான். இதனால், அவன் மூதாதையர் சம்பாதித்து வைத்த செல்வங்கள் அழிந்து போக, அவன் வாழ்க்கையை வறுமை சூழ்ந்தது. அதன் கொடுமை தாங்காமல் அழுது புலம்பினான். கனவில் தோன்றிய சூஃபி அவனை பாக்தாத்திற்குச் செல்லுமாறு சொன்னார்.

மறுநாளே கிளம்பி பாக்தாத்துக்குச் சென்றான். அந்த நகரத்தின் அழகையும், செல்வத்தையும் பார்த்து வியந்து போனான். கண்டிப்பாக இந்த நகரத்தில் புதையல் கிடைக்கும். தன் வறுமையைப் போக்கி விடலாம் என்று நம்பிக்கை அடைந்தான்.

நாட்கள் சென்றன. சாப்பிடக் கூட பணம் இல்லாமல் கஷ்டப்பட்டான். பிச்சை எடுத்துச் சாப்பிட அவனுக்கு விருப்பம் இல்லை. தங்குவதற்கு இடம் இன்றி நகரத்தைச் சுற்றித் திரிந்தான்.

அந்தச் சமயத்தில் பாக்தாத் அரசர் பிச்சைக்காரர்களைப் பிடிக்குமாறும் அதில் எந்தக் கரிசனமும் இருக்கக் கூடாது என்றும் ஆணை பிறப்பித்தார்.

இது எதையும் அறியாமல் அவன் இரவு முழுக்க வீதிகளில் நடந்தான். காவலாளி ஒருவன் அவனைப் பிடித்துக் கொண்டான். அவன் அழுது புலம்பி தான் பிச்சைக்காரன் இல்லை என்று கூறினான். வேற்று ஊர் மனிதனுக்கு இந்த நேரத்தில் இங்கு என்ன வேலை என்று எகிப்தியனிடம் காவலாளி கேட்டான்.

தனக்கு வந்த கனவை காவலாளியிடம் கூறினான். அவன் நிலையைப் பார்த்து பரிதாபப்பட்ட காவலாளி, "முட்டாளாக இருக்கிறாயே, எனக்கும் தான் பல வருடங்களாக எகிப்தில் ஒரு வீட்டில் புதையல் இருப்பதாகக் கனவு வருகிறது. அதுவும் வீட்டைப் பற்றிய மிக துல்லியமான விவரங்களோடு வருகிறது. அதை நம்பி நான் எகிப்துக்கு செல்ல முடியுமா?" என்று கேட்டவன், அந்த வீட்டின் அடையாளங்களைக் கூறுகிறான். காவலாளி கூறிய அடையாளங்கள் தன் வீட்டுடன் ஒத்துப் போவதை அறிந்து அவன் ஆச்சரியப்பட்டான்.

அப்படியானால் அந்தப் புதையல் தன் வீட்டில்தான் இருக்கிறது என்பது அந்த எகிப்தியனுக்குப் புரிகிறது. தன்வீட்டில் புதையல் இருப்பது தெரியாமல் இத்தனை நாள் துன்பத்திலும் வறுமையிலும் நாட்களைக் கழித்துவிட்டேனே என்று வருத்தப்பட்டான்.

இந்தக் கதையில் வரும் அந்த எகிப்தியன் போல் தான் நாமும் நமக்குள் இருக்கும் செல்வங்களை அறிந்து கொள்ளாமல், அவற்றை வெளியே தேடி துன்பம் அடைகிறோம்.

44. கிணற்றில் விழுந்த தங்கக் காசுகள்

ஆடு மேய்த்துக் கொண்டு ஒருவன் காட்டு வழியாக வந்து கொண்டிருந்தான். மேய்ப்பவனின் பின்னால் கயிற்றால் கட்டப்பட்டு ஆடு வந்து கொண்டிருந்தது. அந்த வழியாக வந்த திருடன் ஒருவன், ஆட்டைத் திருட முடிவு செய்தான். பின்னாலேயே சென்ற திருடன் கயிற்றை அறுத்து ஆட்டைத் தூக்கிக்கொண்டு ஓடிவிட்டான். சில நிமிடங்களுக்குப் பின் தன் ஆட்டைக் காணவில்லை என்பதை அறிந்த ஆடு மேய்ப்பவன் அதைத் தேட ஆரம்பி;ததான். எங்கு தேடியும் ஆடு கிடைக்கவில்லை.

அப்போது ஒரு கிணற்றுக்குப் பக்கத்தில் ஒருவன் கூச்சலிடுவதைப் பார்த்தான். அவன் தான் ஆட்டைத் திருடியவன் என்று தெரியாமல் அவன் அருகில் சென்று, "என்ன ஆச்சு?" என்று கேட்டான்.

"பை நிறைய இருந்த தங்கக் காசுகள் இந்தக் கிணற்றில் விழுந்து விட்டது. உங்களிடம் கயிறு உள்ளது. நீங்கள் உள்ளே இறங்கி எடுத்து வந்தால், அதில் ஐந்தில்

ஒரு பங்கை உங்களுக்குத் தந்து விடுகிறேன்" என்று சொன்னான் திருடன்.

ஆடு மேய்ப்பவன் மனதில் ஒரு கணக்குப் போட்டான். தங்கத்தைக் கிணற்றில் இறங்கி எடுத்துக் கொடுத்தால் ஆட்டின் விலையையிட பத்து மடங்கு அதிகமான பொருள் கிடைக்கும். இதைத் தான் ஒரு கதவு மூடினால் இன்னொரு கதவு திறக்கும் என்று சொல்லுகிறார்களோ என்று நினைத்துக் கொண்டான்.

திருடன் சொன்ன வார்த்தைகளை நம்பி, துணிகளை எல்லாம் கழற்றி மேலே வைத்துவிட்டு, கிணற்றில் குதிக்கிறான். இப்போது திருடன் அவன் துணிகளையும் எடுத்துக் கொண்டு ஓடி விட்டான்.

அலட்சியமும், யோசிக்கும் திறனும் இல்லாததால், ஆடு மேய்ப்பவன் சுலபமாக மீண்டும் திருடனால் ஏமாற்றப்பட்டான்.

45. அம்மாவும் பிசாசும்

ஓர் அம்மா தன் மகனிடம், "இருட்டில் நடந்து வரும்போதும், மயானம் வழியாக வரும் போதும், விசித்திரமான மரங்களைக் கடக்கும் போதும் நீ பயப்படக் கூடாது. துணிச்சலாக இருக்கும்போது, பேய், பிசாசு நம்மைப் பார்த்து பயந்து ஓடிவிடும்" என்றார்.

அதற்கு அந்தப் பையன், "இப்படியே அந்தப் பிசாசோட அம்மாவும் அந்தப் பிசாசுக்குச் சொல்லிக் கொடுத்து இருந்தால், அதுவும் பயப்படாம என்னை வந்து தாக்கினால்?" என்று கேட்டான்.

பெரியவர்கள் தங்களை மிகவும் புத்திசாலிகள் என்று எண்ணி, எண்ணங்களைச் சுருக்கிக் கொள்கிறார்கள். தற்காலக் குழந்தைகளுக்கு இருக்கும் விசாலமான பார்வையை நாம் கூர்ந்து கவனிக்க வேண்டும். அது நம்மை மேலும் விசாலப்படுத்தும்.

46. ரொட்டித் துண்டும் கண்ணீர்த் துளியும்

அந்த நாய் மரணிக்கும் தருவாயில் இருந்தது. அதற்குப் பக்கத்தில் உட்கார்ந்து அதன் எஜமானனான அரபி அழுது கொண்டிருந்தான். அந்த வழியாகச் சென்ற பிச்சைக்காரன் ஒருவன் அரபியைப் பார்த்து, "ஏன் அழறீங்க? இவ்வளவு துக்கமாக இருப்பதற்குக் காரணம் என்ன?" என்று கேட்டான்.

"என் நாய் மிகவும் விசுவாசமும், பாசமும் கொண்டது. நான் வேட்டைக்குச் செல்லும்போது எனக்கு மிகவும் உதவியாக இருந்தது. இன்று இப்படி நடுத் தெருவில் அதன் உயிர் போகப் போவதை எண்ணி மனம் பொறுக்கவில்லை" என்று மீண்டும் கலங்கினான்.

"அதற்கு இறக்கப் போகும் நிலைமை எப்படி வந்தது?" என்று பிச்சைக்காரன் கேட்டான்.

"பசியால் நாய் இறந்து விடும்" என்று தேம்பி அழுதான் அரபி.

அரபியின் பை நிறைய ரொட்டித் துண்டுகள் இருப்பதைப் பார்த்த பிச்சைக்காரன், "உங்கள் பை

நிறைய ரொட்டித் துண்டுகள் இருக்கிறதே. அதை நாய்க்குத் தரலாமே?" என்றான்.

"இது என் பயணத்திற்குத் தேவையானது" என்றான் அரபி.

"அதை ஏன் உன் நாய்க்குப் போட மறுக்கிறாய்?" என்று பிச்சைக்காரன் வினவினான்.

"என் மனம் தாராளமானது இல்லை. பயணத்தில் இருக்கும்போது ரொட்டித் துண்டுகளை பணம் கொடுத்து வாங்க வேண்டுமே" என்றான் அரபி.

இதைக் கேட்டு அதிர்ச்சியான பிச்சைக்காரன், அரபியை பார்த்து, "அட முட்டாளே... நாய்க்கு ரொட்டியைத் தராமல் பட்டினி போட்டு, அது இறந்து விடும் என்று அழுகிறாயே... உன் கண்ணீரை விட ஒரு துண்டு ரொட்டி விலை உயர்ந்ததா? உன் வேதனையால் இரத்தம் சுண்டி கண்ணீராக வெளி வருகிறது. நீ தேவையில்லாமல் உன் இரத்தத்தை வீண் ஆக்குகிறாய். முதலில் அந்த ரொட்டித் துண்டை நாய்க்குக் கொடு" என்றான்.

இந்தக் கதையில் வரும் அரபியைப் போல வாழ்க்கையில் எதற்கு, எப்போது முக்கியத்துவம் கொடுக்க வேண்டும் என்பதை நாம் மறந்து விடுகிறோம். ஒருவிபத்து நடக்கும் இடத்தில் வீடியோ எடுப்பதை விட முதலுதவி செய்வதுதான் முக்கியம் என்று எத்தனை பேருக்குத் தெரிகிறது?

47. எறும்புகளின் மாநாடு

பூங்காவில் உட்கார்ந்து ஒருவர் வரைந்து கொண்டிருந்தார். அதைப் பார்த்த எறும்புகள் கூடிப் பேசிக் கொண்டன. அதில் ஓர் எறும்பு, "பேனா மேலும் கீழுமாக நகர்கிறது. ஆனால், கடைசியில் அது மிகச் சிறந்த ஓவியம் ஆகி விடுகிறது" என்று வியந்தது.

அதைக் கேட்ட இன்னொரு எறும்பு, "இது அந்த விரல்கள் செய்யும் மாயம். விரல்கள் இயக்கியதால் அந்தப் பேனா வரைந்தது" என்றது.

மூன்றாவது எறும்பு, "இது விரல்கள் செய்த வேலை இல்லை. அந்தக் கை செய்த அற்புதம்" என்றது.

இப்படியே எறும்புகள் தங்களுக்குத் தோன்றியதைப் பேசிக் கொண்டிருந்தன. எறும்புகளின் தலைவி மிகவும் புத்திசாலி. "இந்த ஓவியம் பேனாவிற்கோ, காகிதத்திற்கோ, விரல்களுக்கோ, கைகளுக்கோ சொந்தமில்லை. இது மனம் மற்றும் ஆன்மாவிற்குச் சொந்தமானது" என்றது.

ஆனால், எறும்பின் தலைவிக்கும் ஒரு விஷயம் தெரியவில்லை. இறை அருள் இல்லையென்றால், மனமும் ஆன்மாவும் ஜீவனில்லாமல் போய்விடும்.

இன்று நம்மைச் சுற்றி நடக்கும் அனைத்தும் நம்மால் இயங்கிக் கொண்டு இருப்பதாக நினைக்கிறோம். ஆனால், அனைத்துக்கும் பின் இருந்து பிரபஞ்சத்தை இயக்குவது இறை நிலை என்பதே உண்மை.

48. பறவை சொன்ன மூன்று அறிவுரைகள்

ஒரு பறவையை வேடன் ஒருவன் வலை விரித்துப் பிடித்தான். அது தன்னை விட்டு விடுமாறு கெஞ்சியது. "மனிதனே, ஆடு, மாடு, மான் என்று அனைத்தையும் வேட்டையாடி உண்ணுகிறாய். நான் ஒரு சின்னப் பறவை. என்னைச் சாப்பிடுவதால் உன் பசி அடங்கிவிடுமா? தயவுசெய்து என்னை விடுதலை செய்..." என்றது பறவை.

"உன்னைவிடுவிப்பதால் எனக்கு என்னகிடைக்கும்?" என்று கேட்டான் வேடன்.

"உன் வாழ்க்கைக்கு மிகவும் தேவையான மூன்று அறிவுரைகளை நான் சொல்வேன். முதல் அறிவுரையை உன் கைகளில் இருக்கும்போதும், இரண்டாவது அறிவுரையை நான் பறந்து சென்று அந்தச் சுவரில் உட்காரும் போதும், மூன்றாவது அறிவுரையை மரத்தின் உச்சிக் கிளையில் போய் அமர்ந்த பிறகும் சொல்வேன்" என்றது.

வேடன் பறவை சொன்னதை நம்பி, தன் கையின் பிடியை லேசாகத் தளர்த்தினான்.

"யார் சொன்னாலும், உண்மை இல்லாததை நம்பாதே" என்றது பறவை.

வேடன் இப்போது தன் கைகளை முழுக்க விரித்தான். சிறகுகளை விரித்து மதிலில் போய் உட்கார்ந்த பறவை, "நடந்து முடிந்ததை எண்ணி எப்போதும் வருந்தாதே" என்று சொன்னது. தொடர்ந்து அது, "ஒரு வகையில் நீ ஒரு துரதிர்ஷ்டசாலி. என் வயிற்றுக்குள் ஒரு வைர மோதிரம் இருக்கிறது. போன மாதம் ராணியின் அந்தப்புரத்துக்குள் நுழைந்தபோது, தவறிப்போய் விழுங்கி விட்டேன். என்னை ஒருவேளை நீ கொன்றிருந்தால் அந்த வைர மோதிரம் உனக்கும் உன் குழந்தைகளுக்கும் பெரும் வளத்தைக் கொண்டு வந்து இருக்கும்" என்றது.

இதைக் கேட்ட வேடன் அழுது புலம்பத் தொடங்கினான். உடனே பறவை அவனைப் பார்த்து, "உனக்கு என்ன அறிவுரை சொன்னேன்? நடந்து முடிந்ததை நினைத்து அழுவது வீண். மேலும் யார் சொன்னாலும் உண்மை இல்லாததை நம்பாதே என்று சொன்னேன். என் அலகு மிகச் சிறியது. அதன் வழியே வைர மோதிரத்தை நான் எப்படி விழுங்கியிருக்க முடியும்?" என்று கேட்டது.

அதைக் கேட்டு எரிச்சலான வேடன், "சரி, மூன்றாவது அறிவுரை என்ன? அதையும் சொல்" என்றான். அதற்கு அந்தப் பறவை, "முதல் இரண்டு அறிவுரைகளையே நீ கேட்கவில்லை. உனக்கு எதற்கு மூன்றாவது அறிவுரை?" என்று சொல்லி பறந்து மறைந்தது.

முட்டாள்களிடம் சொல்லும் அறிவுரை வேடனுக்குப் பறவை சொன்னது போல் தான். தர்மம் செய்வது மட்டும் இல்லை, அறிவுரையையும் ஆள் பார்த்துதான் சொல்ல வேண்டும்.

49. மன்னரிடம் புகார் அளித்த கொசு

அரசர் சாலமன் காற்றைக் கட்டுக்குள் வைக்கும் சக்தியைப் பெற்றிருந்தார். மேலும் சிறிய பூச்சி முதல் பெரிய யானை வரை அனைத்து மிருகங்களின் மொழிகளையும் கற்று வைத்திருந்தார்.

ஒருநாள் கொசு ஒன்று அரசர் சாலமனிடம் வந்தது. "அரசரே, உங்கள் கட்டுப்பாட்டிற்குள் இந்த ராஜ்ஜியம் முழுக்க இருக்கிறது. எங்களைப் போன்ற பலவீனர்களுக்கு உங்கள் கருணை கிடைக்க வேண்டும்" என்றது.

இதைக் கேட்ட அரசர், "யார் மீது புகார்? உன் இனத்தை யார் துன்புறுத்துவது? என் ராஜ்யத்தில் யார் மீதும் கொடுமை நடக்கக் கூடாது" என்றார்.

அதற்குக் கொசு, "என் புகார் எல்லாம் காற்றின் மீது. காற்றால் நாங்கள் பலவீனமாக ஆகிவிடுகிறோம். நாங்கள் படும் துன்பம் கொஞ்சம் நஞ்சமில்லை" என்றது.

நியாயம் கேட்டு வந்து இருக்கும் கொசுவிடம் சாலமன், "தீர்ப்பு சொல்ல வேண்டும் என்றால், இரு தரப்பு வாதங்களையும் கேட்க வேண்டும். எனவே. இரு தரப்பினரும் இங்கே இருக்க வேண்டும்" என்றார்.

"அரசே! நீங்கள் கட்டளை இட்டால் காற்று இங்கே வந்துவிடும் தானே? உடனே கட்டளையிடுங்கள் அரசரே" என்று சொன்னது கொசு.

உடனே அரசர் சாலமன், "காற்றே நான் இந்த வழக்கை விசாரிக்க நீ உடனே இங்கே வா..." என்று அழைத்தார். அடுத்த நிமிடமே காற்று அங்கே வந்தது. காற்றின் வருகையைத் தாக்குப் பிடிக்க முடியாமல் கொசு அங்கிருந்து பறக்க ஆரம்பித்தது.

அதை நிற்குமாறு அரசர் கேட்டுக் கொண்டும் கொசுவால் தன் உடலை சமநிலைப்படுத்தி அங்கு நிற்க முடியவில்லை. காற்று இருக்கும் இடத்தில் தனக்கு மரணம் நிகழும் என்று சொல்லி கொசு பறந்து விட்டது.

நல்ல தூய்மையான எண்ணங்கள் எழும்போது, மனதில் இருக்கும் இருட்டு அகன்று விடும்.

50. நாய் வீடு

குளிர்காலத்தில் நாய் ஒன்று மிகவும் துன்பப்பட்டது. அதன் உடல் எடை குறைந்து, எலும்பும் தோலுமாக ஆனது. தனக்கென்று ஒரு கல் வீடு கட்ட வேண்டும். அதுதான் குளிரிலிருந்து தன்னைப் பாதுகாக்கும் என்று எண்ணியது. குளிர்காலம் முடிந்தவுடன் வீடு கட்டிவிட வேண்டும் என்று தீர்மானித்தது.

கோடை காலம் வந்தது. அதன் உடம்பு மீண்டும் பழைய நிலைக்குத் திரும்பியது. நாய் தன்னை தெம்பாகவும் அழகாகவும் புத்துணர்ச்சியாகவும் இருப்பதாக உணர்ந்தது. தன் உடம்பைப் பார்த்து அதற்கு அளவுக்கு அதிகமான நம்பிக்கை உண்டானது. நன்றாகச் சாப்பிட்டு, உறங்கிச் சோம்பேறியானது.

அவ்வபொழுது வீடு கட்ட வேண்டும் என்ற எண்ணம் எழும்போது, "அதற்கு அவசியமில்லை. இப்பொழுது என் உடலுக்கு எந்த வீடும் தேவை இல்லை" என்று தனக்குத் தானே சொல்லிக் கொண்டது.

பல்வேறு அனுபவங்கள் மூலம் எது சரி, எது தேவை என்பது தெரிந்து இருந்தாலும், சோம்பேறி தனத்தாலும், பொறுப்பின்மையாலும் மீண்டும் துன்ப வளையத்துக்குள் சிக்கிக் கொள்கிறோம்.

---

www.ingramcontent.com/pod-product-compliance
Lightning Source LLC
LaVergne TN
LVHW042204190726
843493LV00006B/1810